પંચાયતી રાજ

અને

વહીવટી માળખું

:: Author ::

Dr. Rakesh D. Bhedi
(M.A.,M.phil.,G-SET., Ph.D)

PUBLISHED BY

Chakravarti Siddharaj Jaysinh International
Publishing House
H.Q. At & Po. Chaveli., Ta- Chansma,
Dist- Patan, North Gujarat, India, Asia.
www.iphouseindia.com

First Publication: 10th January, 2015

Copyright: Author
(c) **Dr. Rakesh D. Bhedi**

ISBN:- 978-15-08675-67-9

Price: Rs.750/- INDIA
$ 15 OUTSIDE INDIA

PUBLISHED BY

Chakravarti Siddharaj Jaysinh International
Publishing House
HQ. At & Po. Chaveli., Ta- Chansma,
Dist- Patan, North Gujarat, India, Asia.
www.iphouseindia.com

પંચાયતીરાજનો ઉદ્ભવ, વિકાસ અને વહીવટી માળખું

૧. પ્રસ્તાવના :

વિશ્વની મોટામાં મોટી લોકશાહી હોવાનું બહુમાન ધરાવતા ભારતમાં પંચાયતીરાજનો પ્રયોગ લોકશાહીના મૂળ અને પાયા સુધી પહોંચવા માટે થયો છે. લોકશાહીના તંત્રને વિસ્તારવાથી સામાન્ય માણસને પણ મૂળભૂત અને રાજકીય પ્રવૃત્તિઓમાં ભાગીદાર બનાવવાના માર્ગો મોકળા થાય છે. પંચાયતીરાજની સંસ્થાઓને સુશાસનમાં એક મહત્વનો ભાગ સમજવામાં આવે છે. આ સંસ્થાએ ભારતના છ લાખથી વધારે ગ્રામીણ સમાજમાં વર્ગોની જરૂરિયાતો પૂરી કરે છે અને સત્તાનું વિકેન્દ્રીકરણ કર્યું છે. પંચાયતીરાજ એટલે, ‘‘સત્તાનું વિકેન્દ્રીકરણ, લોકશાહી માર્ગ, સામૂહિક વિકાસના કામો કરવાની સત્તા સંભાળતા લોકો દ્વારા ચૂંટાયેલી પંચાયતોની વ્યવસ્થા એટલે પંચાયતીરાજ.’’ સ્વ. રાજીવ ગાંધીનું સ્વપ્ન હતું કે પંચાયતીરાજ એટલે લોકોના હાથમાં સત્તા અને સાચા અર્થમાં સત્તાનું વિકેન્દ્રીકરણ છે. આથી સ્વ. ગાંધીએ પંચાયતીરાજને વૈધાનિક દરજ્જો આપવા માટે ૧૫ મે-૧૯૮૯ ના રોજ બંધારણમાં ૭૩માં સુધારાનું બિલ લોકસભામાં રજૂ કર્યુ. રાજ્યસભામાં એ પસાર થઇ શક્યું નહીં. પછી નરસિંહરાવની સરકારે સપ્ટેમ્બર-૧૯૯૧ માં લોકસભામાં ફરી એ બિલ રજૂ કર્યું અને લોકસભા તથા રાજ્યસભાએ તેને બહાલી આપી એટલે ભારતીય બંધારણના ૭૩માં સુધારાનો કાયદો તા. ૨૪-૪-૧૯૯૩ ના રોજ અમલમાં મુકાયો. જે મહિલાઓને સ્થાનિક પંચાયતોમાં ૩૩ ટકા સ્થાન આપે છે. સ્વતંત્રતા બાદ ગ્રામીણ વિકાસ માટે અનેક પ્રયાસો કરવામાં આવ્યા છે. ગ્રામીણ સમુદાયના વિકાસના કાર્યોમાં ત્રણ પ્રકારનાં તંત્રો કાર્યરત થયેલા

જોવા મળે છે. (૧) સહકારી વ્યવસ્થા (૨) સરકારી વ્યવસ્થા અને (૩) પંચાયતીરાજ. આઝાદી બાદ ગામડાંઓમાં લોકોનું શાસન સ્થપાય અને સમગ્ર ભારતમાં લોકશાહી વ્યવસ્થા સફળ બને તે માટે પંચાયતીરાજનું વહીવટી માળખું જેમાં ગ્રામ પંચાયત, તાલુકા પંચાયત અને જિલ્લા પંચાયત એમ ત્રણ સ્તર આવેલા છે. પ્રસ્તુત પ્રકરણમાં પંચાયતીરાજનો ઉદ્ભવ, વિકાસ અને વહીવટી માળખું તથા લોકસભા, રાજયસભા, વિધાનસભા, પંચાયતના વિવિધ સ્તરોમાં મહિલાઓની ભાગીદારીની આંકડાકીય માહિતી આપવાનો પ્રયત્ન કર્યો છે.

પંચાયતીરાજ પર વિહંગાવલોકન :

જેમ ભારત ખેતીપ્રધાન દેશ છે તેમ ગ્રામપ્રધાન પણ છે. પ્રાચીન સમયથી ગામડું ભારતના વહીવટીતંત્રનું સૌથી નાનું પણ મહત્વનું એકમ ગણાયું છે. વેદો અને જાતકથાઓમાં પ્રાચીન ભારતના ગ્રામજીવનની આધારભૂત માહિતી મળે છે. મહાભારતના શાંતિ પર્વમાં ગ્રામએ ઘોષનો ઉલ્લેખ આપે છે. આ મહાકાવ્યમાં દર્શાવવામાં આવ્યું છે. તેમ તે વખતની વહીવટી પ્રથામાં દસ ગામોના જૂથના વડાને દસ-ગ્રામીણી સૌ ગામોના વડાનો શત ગ્રામીણી તથા એક હજાર ગામના વડાને અધિપાલ તરીકે ઓળખવામાં આવતા. જાતકથાઓમાં ગ્રામસભા વિશે ઉલ્લેખ છે. મનુસ્મૃતિમાં ત્રણ પ્રકારની વસાહતોને ગ્રામ પુર અને નગર તેમજ શુક્રની નીતિસારમાં કુંભ પાલી નામની વસાહતોનાં ઉલ્લેખ છે. જેમાં ગ્રામ અને કુંભ અનુક્રમે વહીવટીતંત્રમાં સૌથી નાના એકમો હતા. મરાઠાઓ અને પેશ્વાઓના સમયમાં પણ ગામડાંને વહીવટીતંત્રનું માન્ય એકમ ગણવામાં આવ્યું હતું.

(બી.સી.શાહ : ૧૯૮૧, પૃ. ૧)

પ્રાચીન ભારતમાં દરેક ગામને તેની પોતાની સભા હતી. તેમાં ગામના વડીલો ગામના પ્રશ્નોની ચર્ચા કરતા અને નિર્ણય લેતા. સભા સ્થાનિક શાસનના અંગ સમાન હતી. તે સમયના ગામના વડાને ગ્રામીણી કહેવામાં આવતા. વેદના પાછલા સમયમાં જાણવા મળે છે કે સભા જેવી સંસ્થાઓનું અસ્તિત્વ નષ્ટ થતાં આધુનિક સરહદો ધરાવતું રાજ્ય ઉદ્ભવ્યું. આથી સભા રાજ્ય દરબારના સ્વરૂપમાં બદલાઈ ગઈ. તેમાં રાજા અને તેના દરબારીઓ બેસતાં અને તે સર્વસ્વ ગણાતા. ગ્રામસભા ગ્રામ વહીવટીનું અગત્યનું અંગ ગણાતુ. ગ્રામની દરેક પ્રતિષ્ઠિત વ્યકિત સામાન્યતઃ ગ્રામસભાની સભ્ય થવાને લાયક ગણાતી આ સભાઓ નિયત સ્થળે મળતી અને તેની જાહેરાત ઢોલ પીટીને કરવામાં આવતી. આ પ્રાચીન ગ્રામસભા આગળ જતા ગ્રામ પંચાયતો તરીકે ઓળખાઈ. ગામનો વહીવટ પંચ કરતું. પંચ ત્યાં પરમેશ્વરની સૌને માન્ય એવી ગ્રામ આગેવાનોની પરંપરા હતી. જેમાં ગામના પાંચ ડાહ્યા માણસો ગામનો કારભાર, વિકાસ અને ન્યાયનું કામ કરતા હતા. ગામના કામ ગ્રામ જ કરતું. ગામની ચોકી અને રક્ષણ ગામના લોકો જ કરતા. 'પંચ' શબ્દ કદાચ પાંચ વ્યકિતઓના સમૂહને કારણે અસ્તિત્વમાં આવ્યો હશે. સમય જતાં સંખ્યાનું મહત્વ ન રહ્યું. ૧૮૩૦માં કંપની સરકારના સમયમાં ગર્વનર જનરલ ચાર્લ્સ મેટકાફે ગ્રામ પંચાયત વિષે લખ્યું હતું કે ભારતના ગ્રામ પંચાયતો નાના પ્રજાતંત્રો છે. પોતાની જરૂરી બધી જ વસ્તુ પોતે પેદા કરી લે છે અને તે બહારના સંબંધોથી અલિપ્ત છે. દરેક પંચાયત સ્વતંત્ર એક નાનકડા સ્વાયત રાજ્ય સમાન છે. ગામડાની સુખશાંતિ અને તેની સ્વાયત્તા તેની સ્વતંત્રતા ગ્રામ પંચાયતને આભારી છે. (ઈમ્પીરિયલ ગેઝેટીયર ઓફ ઈન્ડીયા, ૧૯૦૯:૨૭)

સ્થાનિક સ્વરાજયની દિશામાં જોકે લોર્ડ મેર્યાએ પહેલ કરી હતી. પરંતુ ૧૮૮૨માં લોર્ડ રીપને એક ખરડો પસાર કરી ભાવિ સ્થાનિક સરકારની સંસ્થાઓના સિદ્ધાંતો નકકી કરી આપ્યા. જેનાથી લોર્ડ રીપનનું બ્રિટીશ ભારતમાં સ્થાનિક સ્વરાજયના પિતા તરીકેનું સ્થાન નકકી થયું તેમ કહેવામાં અતિશયોકિત નથી. આ ખરડાથી સ્થાનિક સ્વરાજયની સંસ્થાઓના શ્રીગણેશ મંડાયા. તેમનો કાર્યવિસ્તાર અને નાણાંકીય ભંડોળ પણ નકકી થયાં. આમ છતાં તેના એકમ તરીકે ગામને બદલે તાલુકો પસંદ કરવામાં આવ્યો. તેથી ગ્રામ પંચાયતોનું મહત્વ ઘટયું. મુંબઇ પ્રાંતમાં ઇ.સ. ૧૮૮૪ માં બોમ્બે લોકલ બોર્ડ એકટ પસાર કરવામાં આવ્યો. જેથી જિલ્લા લોકલ બોર્ડ અને તાલુકા લોકલ બોર્ડની સંસ્થાઓ અસ્તિત્વમાં આવી. રોયલ આર્મી સેનેટરી કમિશન (૧૮૬૩) ના રીપોર્ટથી ઇ.સ. ૧૮૮૯ માં બોમ્બે વિલેજ સેનિટેશન એકટ પસાર કરવામાં આવ્યો. આ કાયદાથી ગામડાઓમાં સેનેટરી કમિટી તથા સેનેટરી બોર્ડની રચના કરવામાં આવી. આથી ગામને એક એકમ તરીકે ગણવામાં આવ્યું. બ્રિટીશ સરકારના ભારતમાં સ્થાનિક સ્વરાજય સ્થાપવાના પ્રયત્નોથી પ્રજામાં એક પ્રકારનો અસંતોષ વધતો જતો હતો. આથી બ્રિટીશ સરકારે ૧૯૦૭ માં વિકેન્દ્રીકરણ માટે રોયલ કમિશનની જાહેરાત કરી. કમિશને વિસ્તૃત પ્રવાસ ખેડી જાતતપાસ બાદ કામગીરીનો તટસ્થ અહેવાલ મેળવ્યો. કમિશનને ખાતરી થઇ કે ગામડાના કાર્યદક્ષ વહીવટ માટે પ્રજાને વહીવટી તંત્રમાં સામેલ રાખ્યા વિના છૂટકો નથી. આ માટે ગ્રામપંચાયતો ઉત્તમ માધ્યમ છે.

કમિશનના અહેવાલના સંદર્ભમાં ભારત સરકારે સ્થાનિક સ્વશાસન અંગે પોતાનું વલણ સ્પષ્ટ કરતાં સિદ્ધાંતો નકકી કરી ૧૯૧૫ માં એક ઠરાવ

પસાર કર્યો. આ ઠરાવ સ્થાનિક સ્વશાસનના વિકાસમાં કોઇ મહત્વનું પ્રદાન આપનાર સાબિત ન થયો. તેણે બહુ બહુ તો રિપનની ભલામણોના અમલ માટે ફરી એકવાર ધ્યાન દોર્યુ એમ કહી શકાય.

જો કે ભારત સરકારની જુદી જુદી ભલામણો થતાં એક પણ પ્રાંતીય સરકારે પંચાયતોને લગતી પ્રગતિશીલ ધારો ઘડયો ન હતો. પરંતુ મુંબઇ પ્રાંતમાં ૧૯૨૦ માં આવો કાયદો પસાર કરવામાં આવ્યો. આમ છતાં નાણાંના અભાવે ઘરવેરા તરફ પ્રજાની નફરત અને વિકાસ કાર્યો હાથ ઉપર લેવાની છૂટ ન હોવાને કારણે પંચાયતોનાં વિકાસમાં અવરોધ ઊભો થયો. તેનો અભ્યાસ કરવા જૂન-૧૯૨૫ માં એક હેચ કમિટી નિમવામાં આવી. તેની ભલામણ એકંદરે સારી હોવા છતાં સરકારની નિષ્ક્રિયતાને કારણે ૧૯૨૪ માં ૨૬૩ ગ્રામ પંચાયતો હતી તે એકાદ દશકામાં ૩૦૦ ઉપર માંડ પહોચી. કેટલાંક ગામોમાં ગ્રામ પંચાયતોને બદલે સેનેટરી કમિટી અથવા બોર્ડની રચના કરવામાં આવી હતી. સરકારે જોયું કે કેટલાક ગામોમાં ગ્રામપંચાયતને બદલે સેનેટરી કમિટી કે બોર્ડને પસંદ કરે છે ત્યારે તેણે વિલેજ સેનિટેશન એકટને વધારે પ્રગતિશીલ બનાવવાનું વિચાર્યું. આ હેતુથી સરકારે ૧૯૩૭ માં સેનેટરી કમિટી અથવા બોર્ડને કાયદેસરનું સંસ્થાકીય સ્વરૂપ આપવાનું હતું. પરંતુ ગ્રામ પંચાયતો જેવી જ સ્થિતિ આ સંસ્થાઓની થઇ. સ્થાનિક સ્વરાજયના ક્ષેત્રે સરકારને સાંપડેલી સતત નિષ્ફળતા તથા પ્રજાનો વધતો અસંતોષ જોઇ ૧૯૩૩ માં પંચાયત ધારો નવેસરથી ઘડી તેમાં હેચ કમિટીની ભલામણોનો ઉપયોગ કરવા છતાં ધારી સફળતા ગ્રામપંચાયતોને મળી નહી. ત્યારબાદ ૧૯૩૯ માં બોમ્બે વિલેજ પંચાયત એકટના સુધારાના કોઇ નકકર પરિણામો આવતા તે પહેલાં જ

તેનો કરૂણ અંજામ આવ્યો. ૧૯૩૯ માં બીજું વિશ્વયુદ્ધ ફાટી નીકળતા પ્રાંતીય સરકારના પ્રજાકીય પ્રધાનોએ રાજીનામા આપ્યા. ૧૯૩૯ થી ૧૯૪૬ સુધી સરકારે પંચાયતોના વિસ્તાર માટે કોઇ સક્રિય પગલાં ભર્યા નહી. (બી.સી.શાહ : ૧૯૮૧, પૃ. ૨૬) આઝાદ ભારતમાં બંધારણના ઘડવૈયા ડૉ. બી.આર.આંબેડકર પંચાયત પ્રથાના વિરોધી હતા. તે કહેતા કે ગામડું સ્થાનિયતાનું ખાબોચિયું અજ્ઞાનનો અડ્ડો, સંકીર્ણતા અને કોમવાદના અખાડાથી વિશેષ શું છે ? આ ગ્રામપ્રજા સત્તાધીશો ભારતનો વિનાશ કર્યો છે. સ્વ. જયપ્રકાશ નારાયણે સ્પષ્ટ રીતે ટીકાં કરતાં જણાવ્યું હતું કે પ્રાચીન ગ્રામસમુદાયો માત્ર નામ પુરતા છે. હવે સાથે મળીને વ્યકિત કે સમૂહના પ્રશ્નોના ઉપાય માટે કાર્ય કરતાં તથા તેમના નૈતિક અને ભૌતિક જીવનના વિકાસ માટે કાર્ય કરનારા રહ્યા નથી. (વૈકટરમૈયા અને પટ્ટાભિરમ, ૧૯૬૯) ગાંધીજીએ ગ્રામ સ્વરાજને સ્વાધીન ભારતનો પાયો ગણાવ્યો છે. તે સત્તાના વિકેન્દ્રીકરણના સ્પષ્ટ હિમાયતી હતા અને તે કહેતા કે ''પંચાયતોને જેટલી વધુ સત્તા સોંપાય તેટલું પ્રજાનું વધુ ભલુ થશે.''

(ગાંધી, ૧૯૪૨, હરિજનબંધુ)

જગત પ્રવાસી પત્રકાર લુઇ ફિચરની મુલાકાતમાં પણ ગાંધીજીએ કહ્યું હતું કે સત્તાનું કેન્દ્ર અત્યારે દિલ્હી, કલકત્તા કે મુંબઇ જેવા મોટા શહેરોમાં છે. મારું ચાલે તો હું ભારતના સાત લાખ ગામડામાં તે વહેંચી દઉં.

(પિતાંબર પટેલ : ૧૯૭૫, પૃ. ૭૦)

ગાંધીજીની સ્વરાજયના વહીવટની કલ્પનામાં હંમેશા ગામડું જ રમતું રહ્યું છે. ભારતીયસંસ્કૃતિ અને ભારતીયતા જાળવવી હોય તથા બહુજન સમાજની શકિતઓ અને તેનું કલ્યાણ થાય તેમ કરવું હોય તો સત્તાનું વિકેન્દ્રીકરણ

કરવું જ જોઇએ. ગાંધીજીના ગ્રામસ્વરાજ અંગેના મૂળભૂત વિચારોથી બંધારણ સભાએ બંધારણમાં તો નહી પણ રાજયોને ભવિષ્યમાં એવા પગલાં લેવાની જોગવાઇ કરી કે જેના કારણે બંધારણના રાજયનીતિના માર્ગદર્શક સિદ્ધાંતોની કલમ ૪૦ માં સ્પષ્ટ આદેશ આપવામાં આવ્યો કે ગ્રામપંચાયતોની રચના કરવા તેમજ જરૂરી સત્તા અને અધિકારો આપી સમગ્ર રીતે સ્વરાજયના પાયાના એકમ તરીકે કાર્યશીલ કરવાના પગલાં લેવાની રાજયની ફરજ થશે. સ્વતંત્રતા બાદ રાષ્ટ્રનો અને ગામડાનો સામૂહિક વિકાસનો કાર્યક્રમ પંચવર્ષીય યોજનાઓ દ્વારા ૧૯૫૨ થી શરૂ કરવામાં આવ્યો. ગામડાના સર્વાંગીક વિકાસ માટે અનેક કાર્યક્રમો ઘડાયા. સામૂહિક વિકાસની પ્રવૃત્તિને વેગ આપવાના હેતુથી વિકાસ મંડળો પણ શરૂ થયા. ગામડાના આર્થિક અને સામાજિક વિકાસ માટેની રાષ્ટ્રીય સેવા યોજનાઓમાં સક્રિય થવા ગ્રામજનતાએ જાગૃત કરે એવી અપેક્ષા વિકાસમંડળો પાસે રાખવામાં આવેલી. પરંતુ લોકો તેમાં જાગૃત થયા નહી. તે લોકોની યોજના ન બની. પંચવર્ષીય યોજનાઓ, સામૂહિક વિકાસ યોજનાઓ અને વિકાસ ઘટકો એ તો સરકારી કાર્યક્રમ છે. એ સરકારનું કામ છે અને સરકાર કરશે એવી ઉદાસીનતા લોકોમાં દેખાઇ. ગામડાના બહુજન સમાજને સામૂહિક વિકાસ કાર્યક્રમમાં સહભાગી કરવાનો હેતુ ચરિતાર્થ થઇ શકયો નહી તથા સામૂહિક વિકાસ કાર્યક્રમ આપણા લોકોનો કાર્યક્રમ છે, તો લોકોએ જ એ પુરો કરવો જોઇએ એવી અપેક્ષિત ભાવના ન જાગી. તેનાથી લોકો નિરુત્સાહી બનવા લાગ્યા. કારણ કે ગ્રામસ્વરાજયની પાયાની સંસ્થા પંચાયતને ભૂલી જવામાં આવી હતી. ગ્રામ વિકાસ અર્થે હાથ ધરેલ આ યોજનાઓમાં લોકોને સાચા અર્થમાં ભાગીદાર બનાવવા માટે રાજય

સરકારમાં કેન્દ્રિત થયેલી સત્તા અને વહીવટનું વિકેન્દ્રીકરણ કરી ગ્રામકક્ષાથી માંડીને જિલ્લા કક્ષા સુધી લોકશાહી માળખાનું નિર્માણ કરવાનું અનિવાર્ય જણાયું અને તે માળખું એ પંચાયતીરાજ.

પંચાયત એટલે ગામના પસંદ કરેલા માણસો એકઠા થઇ ગામનો વહીવટ કરે તેવી વ્યવસ્થા. વિકાસ યોજના કઇ રીતે કાર્યક્ષમ અને અસરકારક બને તેની વિચારણા કરી ઉપાય સુચવવા માટે ઇ.સ. ૧૯૫૬ માં શ્રી બળવંતરાય મહેતાના અધ્યક્ષપદે એક પેટાસમિતિની રચના કરવામાં આવી હતી. આ સમિતિએ સને ૧૯૫૭ ના નવેમ્બરમાં એક સર્વગ્રાહી અભ્યાસ પૂર્ણ અહેવાલ પ્રસ્તુત કર્યો. તેમણે જણાવ્યું કે વિકાસ કાર્યક્રમોમાં જનતાને સહભાગી બનાવવી હોય તો ગ્રામકક્ષાએ યોજનાઓ તૈયાર કરી અને અમલી બનાવવા માટે જરૂરી સત્તા અને સાધનો જેની પાસે છે એવા લોકોએ પોતે લોકશાહી રીતે રચેલી સંસ્થાઓને જ તમામ જવાબદારી સોંપી દેવી જોઇએ. સમિતિના તારણો અને ભલામણોને ૧૯૫૮ માં નેશનલ ડેવલપમેન્ટ બહાલી આપી. લોકશાહી વિકેન્દ્રીકરણ જેવા ભારેખમ શબ્દને પ્રચલિત પંચાયતીરાજ શબ્દ નહેરુએ વાપર્યા. પંચાયતીરાજ એટલે કે લોકશાહી માર્ગ સામૂહિક વિકાસના કાર્યો કરતી સ્વાયત સંસ્થા.

(બળવંતરાય મહેતા : ૧૯૭૫)

ગ્રામ તાલુકા અને જિલ્લા કક્ષાએ પંચાયતી રાજનું માળખું કેવી રીતે ગોઠવવું તેનો અભ્યાસ કરવા ફરીથી શ્રી બળવંતરાય મહેતાને કાર્ય સુપ્રત કરવામાં આવ્યું. તેમણે અને કેન્દ્રની વિકાસ કાઉન્સિલ સાથે ચર્ચા કરી નીચે પ્રમાણેની ભલામણો કરી.

૧. સામૂહિક વિકાસ માટે સત્તાનું વિકેન્દ્રીકરણ કરવું.

૨. ત્રણ સ્તરની પંચાયતોનું સર્જન કરવું.

૩. વિકાસ મંડળો અને જિલ્લા સ્થાનિક બોર્ડનું વિસર્જન કરવું.

આ ભૂમિકા લક્ષમાં રાખી વિકાસ કાઉન્સિલે અને રાજયોના મુખ્યમંત્રીઓએ આ ભલામણોનો સ્વીકાર કર્યો.

૧. પંચાયતીરાજ એ સ્વરાજયની સ્થાનિક સંસ્થાઓની ગ્રામથી જિલ્લા સુધી આવરી લેતી ત્રણ સ્તરની એકબીજા સાથે સંકળાયેલી એક સંસ્થા હોવી જોઇએ.

૨. સત્તા અને અધિકારોની સોંપણી સાચા અર્થમાં થવી જોઇએ.

૩. જવાબદારી અદા કરી શકે તે માટે આ સંસ્થાઓને આવકના સાધનો પૂરતા પ્રમાણમાં સોંપવા જોઇએ.

૪. આ સંસ્થાઓની કક્ષાએ વિકાસના બધા કાર્યો તેમની મારફતે થવા જોઇએ.

૫. સત્તા અને અધિકારોનું વધુમાં વધુ વિકેન્દ્રીકરણ થઇ શકે તેવી શકયતાઓ ઉદ્‌ભવે તેવી વ્યવસ્થા થવી જોઇએ.

બળવંતરાય મહેતા સમિતિએ તો ત્રણ સ્તરની પંચાયત જેમાં ગ્રામપંચાયત, તાલુકા પંચાયત સમિતિ અને જિલ્લા પરિષદ જેવા નામ સુચવ્યા હતા જેમાં સ્ત્રી સભ્ય, અનુસૂચિત જાતિ અને અનુસૂચિત જનજાતિઓના પ્રતિનિધિઓને સમાવિષ્ટ કરવાનું પણ સૂચન કરવામાં આવ્યું હતું. દેશભરમાં સૌપ્રથમ રાજસ્થાન, તમિલનાડું અને આંધ્રપ્રદેશમાં ૧૯૫૮ માં, ૧૯૬૧માં મહારાષ્ટ્ર, બિહાર, પંજાબ, હરિયાણા, ઉત્તરપ્રદેશમાં અને ગુજરાતમાં પંચાયતીરાજની શરૂઆત થઇ હતી. જો કે ૧૯૬૮ થી

૧૯૭૭ દરમ્યાન કેટલીક રાજય સરકારોએ પંચાયતીરાજ સંસ્થાઓ પ્રત્યે ઓરમાયું વલણ દાખવ્યું અને પંચાયતોને આપેલા અધિકારો પાછા ખેચ્યાં. ચૂંટણી ન કરી. ૧૯૭૦ પછી ગુજરાત, મહારાષ્ટ્ર, પશ્ચિમ બંગાળ અને કર્ણાટક સિવાયના રાજયોમાં પંચાયતીરાજ માત્ર કાગળ ઉપર રહ્યું હતું.

(રેખા મહેતા : ૧૯૯૮, પૃ. ૧૫)

૧૯૭૮ માં કેન્દ્ર સરકારે નિમેલી અશોક મહેતા સમિતિનો અહેવાલ કેટલીક ભલામણો તેમજ અખિલ હિંદ પંચાયત પરિષદની માગણી તરીકે કોઈએ ધ્યાન આપ્યું નહી. સ્વ. રાજીવ ગાંધીનું સ્વપ્ન હતું કે પંચાયતીરાજ એટલે "લોકોના હાથમાં સત્તા અને સાચા અર્થમાં સત્તાનું વિકેન્દ્રીકરણ છે." આથી સ્વ. ગાંધીએ પંચાયતીરાજને વૈધાનિક દરજ્જો આપવા માટે ૧૫ મે ૧૯૮૯ ના રોજ રાજય બંધારણનાં ૭૩ માં સુધારાનું બિલ લોકસભામાં રજૂ કર્યુ.

રાજયસભામાં એ પસાર થઇ શકયું નહીં. પછી વી.પી.સિંહ વડાપ્રધાન થયા અને બંધારણના ૭૩માં સુધારાનું બિલ ૧૭ સપ્ટેમ્બર, ૧૯૯૦ ના દિવસે દાખલ કરવામાં આવ્યું. ૯ નવેમ્બર, ૧૯૯૦ ના રોજ વી.પી.સિંહ વડાપ્રધાન મટી જતા એ બિલની ચર્ચા થઇ શકી નહીં. પછી નરસિંહરાવની સરકારે સપ્ટેમ્બર-૧૯૯૧ માં લોકસભામાં ફરી એ બિલને રજૂ કર્યુ અને લોકસભા તથા રાજયસભામાં તેને બહાલી આપી. એટલે ભારતીય બંધારણના ૭૩માં સુધારાનો કાયદો તા. ૨૪-૪-૧૯૯૩ ના રોજ અમલમાં મુકાયો છે. જે મહિલાઓને સ્થાનિક પંચાયતોમાં ૩૩ ટકા સ્થાન આપે છે.

(મોહંતી વિધુત : ૧૯૯૮, પૃ. ૧૫૦-૧૫૨)

પંચાયતીરાજ સંસ્થામાં બહેનો માટે ૩૩% અનામતનો કાયદો જે બંધારણ (૭૩માં સુધારો) અધિનિયમ, ૧૯૯૨, ૨૪૩-ડી. (૨) (૧) માં સૂચવવામાં આવ્યા પ્રમાણે (૨) ખંડ (૧) હેઠળની અને બેઠકોની કુલ સંખ્યા ૧/૩ થી ઓછી નહી તેટલી જગ્યાઓ અનુસાર જાતિ અથવા વસ્તી પ્રમાણે, અનુસૂચિત જનજાતિની સ્ત્રીઓ માટે અનામત રહેશે.

દરેક પંચાયતમાં સીધી ચૂંટણીથી ભરવાની બેઠકો કુલ સંખ્યા ૧/૩ થી ઓછી નહી તેટલી બેઠકો (કે જેમાં અનુસૂચિત જાતિ/અનુસૂચિત જનજાતિની સ્ત્રીઓ માટેની અનામત બેઠકોનો સમાવેશ થાય છે.) સ્ત્રીઓ અનામત રહેશે અને એવી બેઠકો પંચાયતના જુદા મત વિસ્તારોમાં વારાફરતી ફાળવી શકાશે, ગામ અથવા બીજા કોઇ સ્તરે પંચાયતોમાં અધ્યક્ષનું પદ રાજયની વિધાનસભા કાયદામાં જોગવાઇ કરે તે રીતે અનુસૂચિત જાતિ, અનુસૂચિત જનજાતિની સ્ત્રીઓ માટે અનામત રાખવામાં આવશે પરંતુ કોઇ રાજયમાં પ્રત્યેક સ્તરે પંચાયતોમાં અનુસૂચિત જાતિઓ અને અનુસૂચિત જનજાતિઓ માટે અનામત અધ્યક્ષની જગ્યાઓની સંખ્યાને પ્રમાણે દરેક સ્તરે પંચાયતોમાં એવી જગ્યાઓની કુલ સંખ્યાના, શકય હોય ત્યારે જે તે રાજયની અનુસૂચિત જાતિઓ અથવા રાજયની અનુસૂચિત જનજાતિઓની વસ્તીની કુલ વસ્તીના પ્રમાણમાં રહેશે. વધુમાં દરેક સ્તરની પંચાયતોના અધ્યક્ષોની કુલ જગ્યાઓના ૧/૩ થી ઓછી તેટલી જગ્યાઓ સ્ત્રીઓ માટે અનામત રહેશે. વધુમાં આ ખંડ હેઠળ અનામત જગ્યાઓ દરેક સ્તરે જુદી-જુદી પંચાયતમાં વારા-ફરતી ફાળવી શકાશે.

ખંડ (૧) અને ખંડ (૨) હેઠળની અનામત જગ્યાઓ અને ખંડ (૩) હેઠળની અધ્યક્ષોના સ્થાન માટેની અનામત જગ્યાઓ (સ્ત્રીઓ) માટેની અનામત જગ્યાઓ સિવાયની અનુચ્છેદ ૩૩૪ માં નિર્દિષ્ટ સમયની અવધિ પૂરી થયે અમલમાં રહેશે નહી. આ ભાગની કોઈપણ જોગવાઈઓથી રાજયની વિધાનસભાને કોઇ સ્તરની કોઇ પંચાયતમાં પછાતવર્ગના નાગરિકોના તરફેણમાં જગ્યા અથવા પંચાયતના અધ્યક્ષની જગ્યા અનામત રાખવા માટેની જોગવાઇ કરવા માટે બાધ્ય આવશે નહી. પંચાયતી રાજના નવા સુધારાનું સૌથી મહત્વનું સૌથી વધુ ધ્યાન ખેંચતું અને સૌથી પ્રભાવક પ્રસ્થાન જો કોઇ હોય તો તે તેમાં સ્ત્રીઓનું મળતું ત્રીજા ભાગનું પ્રતિનિધિત્વ છે. પંચાયતી રાજના વિકાસમાં આ પગલું એક માઇલસ્ટોન તરીકે ગણી શકાય એવા પ્રકારનું છે. ભારતના રાજકીય ઈતિહાસમાં આ એક ક્રાંતિકારી અને પ્રશંસનીય પગલું છે. દેશની શાસન વ્યવસ્થાના ત્રીજા સોપાન તરીકે પંચાયતીરાજના સ્વીકારની સાથે આ ફેરફાર જોડાતા દેશના રાજકારણમાં એક પાયાનું પરિવર્તન પ્રવેશે છે. પંચાયતીરાજનો આ સુધારો દેશના બંધારણના વિકાસનું એક ઐતિહાસિક કદમ છે. નારી પ્રતિષ્ઠા અને નારી ગૌરવની દ્રષ્ટિએ પણ આ સુધારો ભાવિ માટેનો નવો માર્ગ કંડારી આપે છે. સત્તાની વહેચણી ગ્રામીણ વિસ્તારોમાં પ્રસરે અને ખાસ તો સત્તાવિહિન અને સત્તાથી દૂર રહેલી સ્ત્રીને સત્તાધીશ બનાવતો આ સુધારો દૂરગામી પરિણામોની શરૂઆત કરે છે અને ભાવિ માટે ભરપુર શક્યતાઓ ધરાવે છે.

૩.૩ પંચાયતીરાજનું વહીવટી માળખું : પંચાયતીરાજ ગ્રામીણવિકાસ અને સામાજિક પરિવર્તન માટે પાયાની સંસ્થા છે. તે ભારતના ગામડાઓમાં લોકોનું સ્વશાસન સ્થાપવામાં અને સાચા અર્થમાં લોકશાહી વ્યવસ્થાને સફળ બનાવવામાં મહત્વની સંસ્થા છે. પંચાયતીરાજના વહીવટી માળખાને નીચેના ત્રણ વિભાગ દ્વારા સમજવા પ્રયત્ન કરીશું.

(૧) ગ્રામ પંચાયત

(૨) તાલુકા પંચાયત

(૩) જિલ્લા પંચાયત

પંચાયતીરાજ ગ્રામીણ વિકાસ અને સામાજિક પરિવર્તન માટે પાયાની સંસ્થા છે. તે ભારતના ગામડાઓમાં લોકોનું સ્વશાસન સ્થાપવામાં અને સાચા અર્થમાં લોકશાહી વ્યવસ્થાને સફળ અને અસરકારક બનાવવામાં મહત્વની સંસ્થા છે. પંચાયતીરાજના વહીવટી માળખાને સમજતા પહેલા ભારતના જુદા જુદા રાજયોમાં પંચાયતીરાજના સ્તરો પર એક અવલોકન કરીશું.

ભારતના જુદા જુદા રાજયોમાં પંચાયતીરાજના સ્તરો રાજય સ્તર સંસ્થા

જમ્મુ-કાશ્મીર એકસ્તરીય ગ્રામપંચાયત પંચાયત સમિતિ કેરલ એકસ્તરીય ગ્રામપંચાયત મણિપુર એકસ્તરીય ગ્રામપંચાયત ત્રિપુરા એકસ્તરીય ગ્રામપંચાયત સિક્કિમ એકસ્તરીય ગ્રામપંચાયત ઉડીસા દ્વિસ્તરીય ગ્રામપંચાયત પંચાયત સમિતિ દાદર પા. નગર દ્વિસ્તરીય ગ્રામપંચાયત પંચાયત સમિતિ હવેલી દિલ્લી દ્વિસ્તરીય ગ્રામપંચાયત પંચાયત સમિતિ

પાંડિચેરી દ્વિસ્તરીય ગ્રામપંચાયત પંચાયત સમિતિ આસમ દ્વિસ્તરીય ગ્રામપંચાયત પંચાયત સમિતિ કર્ણાટક દ્વિસ્તરીય ગ્રામપંચાયત પંચાયત સમિતિ હરિયાણા દ્વિસ્તરીય ગ્રામપંચાયત પંચાયત સમિતિ મધ્યપ્રદેશ

દ્વિસ્તરીય ગ્રામપંચાયત પંચાયત સમિતિ છતીસગઢ દ્વિસ્તરીય ગ્રામપંચાયત પંચાયત સમિતિ બિહાર ત્રણસ્તરીય ગ્રામપંચાયત પંચાયત સમિતિ, જિલ્લા પરિષદ રાજસ્થાન ત્રણસ્તરીય ગ્રામપંચાયત પંચાયત સમિતિ, જિલ્લા પરિષદ ઉત્તરપ્રદેશ ત્રણસ્તરીય ગ્રામપંચાયત પંચાયત સમિતિ, જિલ્લા પરિષદ પંજાબ ત્રણસ્તરીય ગ્રામપંચાયત પંચાયત સમિતિ, જિલ્લા પરિષદ ઉત્તરાખંડ ત્રણસ્તરીય ગ્રામપંચાયત પંચાયત સમિતિ, જિલ્લા પરિષદ મહારાષ્ટ્ર ત્રણસ્તરીય ગ્રામપંચાયત પંચાયત સમિતિ, જિલ્લા પરિષદ આંધ્રપ્રદેશ ત્રણસ્તરીય ગ્રામપંચાયત પંચાયત સમિતિ, જિલ્લા પરિષદ તમિલનાડું ત્રણસ્તરીય ગ્રામપંચાયત પંચાયત સમિતિ, જિલ્લા પરિષદ ગુજરાત ત્રણસ્તરીય ગ્રામપંચાયત પંચાયત સમિતિ, જિલ્લા પરિષદ પં.બંગાળ ચાર સ્તરીય ૧ ગ્રામ પંચાયત ૨ અંચલ પંચાયત ૩. સાંચલિક પંચાયત ૪. જિલ્લા પરિષદ મેઘાલય એકસ્તરીય જનજાતીય પરિષદ

નાગાર્લેન્ડ એકસ્તરીય જનજાતીય પરિષદ મિઝોરમ એકસ્તરીય જનજાતીય પરિષદ

ગ્રામપંચાયત :

ગ્રામપંચાયતની રચના સામાન્ય રીતે ૫૦૦ થી ઓછી નહી અને ૧૦,૦૦૦ થી વધુ નહી એટલી વસ્તીવાળા મહેસુલી ગામો કે જે જૂથના બનેલા કોઈપણ સ્થાનિક વિસ્તાર માટે કરવામાં આવે છે. પંચાયત ગામની વસ્તી ધ્યાનમાં લઈને જિલ્લા પંચાયત નકકી કરે તે મુજબ ૭ થી ૧૫ સભ્યોની બનેલી હોય છે. તેમાં નીચે મુજબની અનામત રાખવામાં આવે છે.

૧. સ્ત્રીઓ માટે ૨ બેઠકો.

૨. અનુસૂચિત જાતિઓ માટે એક બેઠક પરંતુ વસ્તીના ધોરણે બેઠકો મળતી હોય તો એ મુજબ બેઠકો ફાળવવી.

૩. અનુસૂચિત જનજાતિઓની વસ્તીના ધોરણે બેઠકો ફાળવવી.

૪. પંચાયતોની ચૂંટણી પુખ્ત મતાધિકારના ધોરણે યોજવામાં આવે છે. ગ્રામપંચાયતના સભ્યો તેમનામાંથી ગ્રામ પંચાયતના સરપંચ અને ઉપસરપંચને ચૂંટી કાઢે છે.

૫. કલમ ૫૧ (૧) મુજબ ગ્રામપંચાયતની પ્રથમ બેઠક પંચાયત સભ્યોમાંથી ઉપસરપંચને ચૂંટવા માટે યોજવામાં આવશે.

૬. ગ્રામપંચાયતની પ્રથમ બેઠકમાં માત્ર સરપંચ નિમવાની કામગીરી હાથ ધરવામાં આવે છે. પછી ઉપસરપંચ નિમવાની કાર્યવાહી હાથ ધરાય છે.

૭. કલમ ૫૨ (૧) મુજબ નિવૃત્ત થતા સરપંચે નવા સરપંચ પંચાયતની માલિકીના તથા પોતાના હવાલામાના દફતરે મિલ્કત સોંપવાની રહેશે.

૮. ગ્રામપંચાયતની બેઠકોમાંની કુલ સંખ્યાની એકતૃતીય (અનુસૂચતિ જાતિ, અનુસૂચિત જનજાતિ અને સામાજિક, શૈક્ષણિક રીતે પછાત) સ્ત્રીઓ માટે અનામત રાખવાની જોગવાઇ છે.

ગ્રામપંચાયતના કાર્યો :

ગ્રામપંચાયતે ગામના સર્વાંગી વિકાસ માટે અનેકવિધ કાર્યો કરવાના હોય છે. તેમાંના કેટલાક મહત્વના કાર્યો નીચે મુજબ ગણાવી શકાય.

૧. પીવાના તથા ગૃહ વપરાશના પાણીની વ્યવસ્થા

૨. પાયાની (ગામમાં) સુવિધા વિકસાવવી.

૩. જાહેર મિલકતોની જાળવણી.

૪. સફાઇ અંતર્ગત કામગીરી

૫. લોકોના આરોગ્ય વિષયક કામગીરી

૬. રાષ્ટ્રીય રોગની નાબુદીમાં ભૂમિકા

૭. જન્મ, મરણ અને લગ્નની નોંધણી

૮. પી.એચ.સી.નાં કાર્યક્રમોમાં મદદરૂપ થવું.

૯. વિવિધ યોજનાઓમાં લોકોને ભાગીદાર કરવા.

૧૦. જાહેર માર્ગો ઉપરના દબાણ દૂર કરવા.

૧૧. ખેતીવાડીનો વિકાસ

૧૨. ગૃહ અને લઘુઉદ્યોગને પ્રોત્સાહન

૧૩. સહકારી પ્રવૃત્તિનો વિકાસ

૧૪. પશુસંવર્ધનની કામગીરી

૧૫. જમીન, મહેસૂલ તથા સરકારી લેણાંની વસુલાત

૧૬. વસ્તીગણતરીના કામમાં મદદ

૧૭. શાળાની પ્રવૃત્તિમાં મદદરૂપ થવું.

૧૮. વિવિધ સમિતિની રચના કરી વહીવટનું વિભાજન કરવું.

૧૯. કુદરતી આફત સમયે બચાવ તથા પુર્નઃવસનની કામગીરી

૨૦. જરૂરી આંકડાકીય માહિતી એકઠી કરવી.

૨૧. રસ્તાઓની બાજુમાં ઝાડ રોપવા અને ઉછેરવાં.

૨૨. કતલખાના બાંધવા અને નિભાવવા.

૨૩. ઉદ્યોગ વિષયક પ્રદર્શનો યોજવા.

૨૪. તહેવાર કે ઉત્સવનું આયોજન કરવું.

૨૫. સામુદાયિક કેન્દ્રો ચલાવવા.

૨૬. સરકારી ખેતીને પ્રોત્સાહન.

૨૭. સમાજનાં ભંડોળની વ્યવસ્થાના

૨૮. સામાજિક અને નૈતિક કલ્યાણના પગલાં ભરવા

૨૯. સફાઇ કામદારો માટે મકાનો બાંધવા.

ગ્રામપંચાયતની સમિતિઓ :

ગ્રામપંચાયતમાં કારોબારી સમિતિ બાંધકામ, આરોગ્ય સમિતિ, સામાજિક ન્યાય સમિતિ, પાણી સમિતિ, ગ્રામશિક્ષણ સમિતિ વગેરે જેવી સમિતિઓની રચના થયેલી છે.

ગ્રામ પંચાયત અંગેની મુખ્ય જોગવાઇઓ :

૧. દરેક ગામમાં ગ્રામસભા હોવી જોઇએ. ગ્રામસભાને રાજય વિધાનસભાની જેમ કાયદા દ્વારા સત્તા હોય.

૨. ત્રિસ્તરીય પંચાયતોની (ગ્રામ, તાલુકા તથા જિલ્લા) રચના તથા જે રાજયની વસ્તી ૨૦ લાખથી ઓછી હોય ત્યાં દ્વિસ્તરીય (ગ્રામ અને જિલ્લા) પંચાયતોની રચના કરવી.

૩. પંચાયતોની ચૂંટણી બધા સ્તરે સીધી થવી જોઇએ. ગ્રામ પંચાયત સ્તરે પંચાયતના વડાની ચૂંટણી રાજય સરકારો નકકી કરશે. તેમજ તાલુકા અને જિલ્લા સ્તરે પ્રમુખની ચૂંટણી ચૂંટાયેલા સભ્યો દ્વારા થાય છે.

૪. પંચાયતની સમયાવધિ પાંચ વર્ષની રહેશે, જે પંચાયતોનું વિસર્જન કરવામાં આવે તેની છ મહિનામાં ફરી ચૂંટણી કરવી આવશ્યક રહેશે.

૫. રાજયે કાયદા દ્વારા કર, ફી ઉઘરાવવા પંચાયતોને જરૂરી સત્તા આપવાની રહેશે.

૬. આર્થિક સહયોગની સાથે સાથે બંધારણીય સૂચિ ૧૧માં દર્શાવેલા વિષયો ઉપર વિકાસ તથા સામાજિક ન્યાય માટે યોજનાઓ તથા કાર્યક્રમો પંચાયતો

બનાવી શકે તે માટે રાજય સરકારોએ જરૂરી સત્તા પંચાયતોને આપવાની રહેશે.

૭. વિકાસના કાર્યો માટે ૭૪માં બંધારણીય સુધારા હેઠળ નગરપાલિકા અને પંચાયતો મળીને જિલ્લા કક્ષાએ વિકાસ આયોજન કરશે. રાજય વિધાનસભા આયોજન માટે નિર્દેશ તથા સમિતિઓની રચના કરશે.

૮. રાજયોએ ચૂંટણીઓના સંચાલન માટે ચૂંટણી પંચ અને નાણાંકીય આયોજન માટે નાણાપંચની રચના કરવાની રહેશે.

૯. ગુજરાત પંચાયત અધિનિયમ ૧૯૯૩ના પ્રકરણ બેમાં દરેક ગામ માટે ગ્રામપંચાયતની રચના કરવામાં આવેલ છે. (કલમ૩(૧))

૧૦. આ કાર્યોને અમલમાં મૂકવા માટે ગ્રામસભા રહેશે.

૧૧. ગ્રામપંચાયત, તાલુકા પંચાયત અને જિલ્લા પંચાયતના તાબા નીચે રહેશે. (કલમ ૬(૩) (ક)).

ગ્રામપંચાયતમાં સરપંચના કાર્યો :

૧. સરપંચે ગ્રામપંચાયતની તમામ જવાબદારીઓ અદા કરવાની રહેશે.

૨. ગ્રામપંચાયત સ્તરે સરપંચ નાણાંકીય અને વહીવટી જવાબદારીઓ અંગેનું આયોજન સંભાળશે.

૩. ગ્રામપંચાયતોની બધી જ બેઠકો, ગ્રામસભા તથા સમિતિઓમાં સરપંચ અધ્યક્ષ સ્થાન સંભાળશે.

૪. સરપંચની પ્રાથમિક જવાબદારી તેમના ગામના વિકાસની છે.

૫. સરપંચે ગામના વિસ્તાર, વિકાસ તથા માનવના વિકાસ માટે તાલુકા પંચાયત, જિલ્લા પંચાયત, જિલ્લા આયોજન તથા સરકારની અન્ય

કલ્યાણકારી યોજનાઓનો વ્યવસ્થિત રીતે ગામમાં અમલ કરાવી વિકાસ સાધવાનો પ્રયત્ન કરવો જોઇએ.

૬. ગ્રામપંચાયતની પ્રથમ મિટીંગમાં ઉપસરપંચની ચૂંટણી યોજવી.

૭. ગામના વિકાસ અંગે આયોજન કરવું. આ આયોજનમાં ગામના સાધનો, વિકાસ માટેની પૃષ્ઠભૂમિકા, ગામના લોકોનું સ્તર ધ્યાનમાં રાખીને વ્યવસ્થિત આયોજન કરવું.

૮. ગ્રામસભાઓ તથા ગ્રામપંચાયતોની મિટીંગ વ્યવસ્થિત સમયાંતરે યોજવી તથા એ મિટીંગમાં કયાં મુદ્દાની ચર્ચા આવશ્યક છે તેની વિસ્તૃત તૈયારી કરી અભ્યાસ કરવો.

૯. પંચાયતની વિવિધ સમિતિઓની રચના કરવી તથા સભ્યોને કાર્યોની વહેંચણી કરી આપવી.

૧૦. કાર્ય વ્યવસ્થિત ચાલે તે માટે પંચાયતના સભ્યોની સમજણ વધારવા તથા તેના સભ્યો કાયદાથી માહિતગાર થાય તેવા પ્રયત્નો કરવા.

૧૧. ગામનાં વિકાસ માટે લાંબાગાળાની તથા ટૂંકાગાળાની યોજનાઓ તૈયાર કરવી.

૧૨. ગામના વિકાસ માટે પંચાયતના બે નિષ્ણાંત વ્યક્તિઓને આમંત્રિત કરવા.

૧૩. ગામમાં રોજગારીની તકો વધે તથા ઉત્પાદન વધે તે માટે આયોજન કરવું.

૧૪. ગ્રામ્ય વિસ્તારોમાં થતા બધા જ કાર્યક્રમોનું ધ્યાન તથા નિયંત્રણ રાખવું.

૧૫. ગ્રામપંચાયતના બધા જ નાણાંનો વહીવટ કરવો તથા પંચાયતના નાણાં ક્યાં રોકવા, બિલ મંજૂર કરવાં, ચેક લખી આપવા તથા રીફંડ આપવું તેમજ પંચાયતના નાણાંની સુરક્ષા કરવી એ સરપંચની મુખ્ય જવાબદારી છે.

૧૬. પંચાયતના થતા આકસ્મિક ખર્ચને રૂા. ૫૦/-ની મર્યાદામાં રહી મંજૂરી આપી શકે.

૧૭. પંચાયતના ફંડમાંથી નાણાં ઉપાડવા માટે સરપંચે અને પંચાયતે અધિકૃત કરેલા બે સભ્યો પૈકી કોઈપણ એકની સહી સિકકાથી નાણાં ઉપાડવા નહી.

૧૮. પંચાયત તરફથી બધા કર વસુલ થાય છે કે નહી, તેની તપાસ રાખવી અને તે વસુલ થાય તેવી વ્યવસ્થા ગોઠવવી.

૧૯. પંચાતય વતી કરારો કરવા.

૨૦. પંચાયત નિયમના કસુરદાર સામે ફરિયાદ કરવી તથા પંચાયત સામે થયેલી ફરિયાદીના જવાબો આપવા.

૨૧. પંચાયતની જમીનો ઉપરના દબાણો દૂર કરાવવા.

૨૨. ગામમાં ઢોરનાં ડબ્બા ઉપર દેખરેખ કરાવવા.

૨૩. પંચાયતના સભ્યોના રાજીનામાં સ્વીકારવા.

૨૪. પંચાયત અંગેના અહેવાલો તૈયાર કરવા.

૨૫. પંચાયતના સર્વાંગી વિકાસની વ્યવસ્થા કરવી.

સરપંચ જયારે ગેરહાજર હોય ત્યારે બધા જ કાર્યો ઉપસરપંચ હાથ ધરશે. એટલે કે સરપંચનો હોદ્દો સંભાળશે ત્યારે સંચાલન કરશે.

(કલમ ૯૨)

સરપંચંચ અને ઉપસરપંચંચ અંગંગેનેની જોગેગવાઇઓ :

૧. ગ્રામપંચાયતના સરપંચને ગ્રામ પંચાયતમાં કામ કરવાની કારોબારી સત્તા પ્રાપ્ત થશે.

સરપંચની ગેરહાજરીમાં આ સત્તા ઉપસરપંચને પ્રાપ્ત થશે. (કલમ ૫૫(૧).

૨. સરપંચ પંચાયતની બધી બેઠકોમાં અધ્યક્ષ સ્થાન ગ્રહણ કરે અને બેઠકનું સંચાલન કરશે. (કલમ ૫૫(૨) (ક))

૩. સરપંચ પંચાયતના બધા જ અધિકારીઓ અને કર્મચારીઓના કાર્યો ઉપર દેખરેખ રાખી તેનું નિયંત્રણ કરશે. (કલમ (ક) (૨))

૪. પંચાયતનો કોઈપણ સભ્ય સરપંચ અથવા ઉપસરપંચે નકકી કરેલ ફરજો બજાવવામાં ગેરવર્તણૂંક કે શરમજનક વર્તાવ કે સત્તાનો દુરપયોગ બદલ અથવા ફરજો બજાવવા અસર થયો હોય ત્યારે તે સભ્યને ખુલાસાની તક આપ્યા પછી, નોટીસ આપ્યા બાદ તથા જરૂરી તપાસ કર્યા પછી તેને ઉપરથી દૂર કરી શકાશે અને જો આ રીતે દૂર કરાય તો પંચાયતનું સભ્યપદ પણ ધરાવી શકે નહી. આ બાબતમાં તે વ્યક્તિ ૩૦ દિવસમાં રાજય સરકારને અપીલ કરી શકશે. (કલમ ૫૭, ૧,૨,૩)

૯. આજ રીતે સરપંચ કે ઉપસરપંચ સામે નૈતિક અધપતન ગુનાના સંદર્ભમાં ફોજદારી કાર્યવાહી થઈ હોય અને જેલમાં રખાયા હોય પરંતુ કલમ ૩૦ હેઠળ પંચાયતના સભ્ય તરીકે ગેરલાયક ના ઠેરવ્યા હોય ત્યારે તેને જિલ્લા અધિકારી તેના હોદ્ધા ઉપરથી મોકૂફ રાખી શકે છે. (૫૯) આ દરમિયાન ફરજો બજાવવા માટે ચૂંટણી કરી આ હોદ્દેદારો થવા જોઈએ. (કલમ ૫૯)

૧૦. ગ્રામપંચાયતના સભ્ય, ઉપસરપંચ કે સરંપચને ચાર દિવસના ઓછા સમય માટે રજા પ્રાપ્ત થઈ શકે પરંતુ રજા લીધા વિના સતત ત્રણ માસ કે

તેથી વધુ ગેરહાજર રહે તો તે જગ્યા ખાલી પડી છે એમ ગણવામાં આવશે. આ ખાલી પડેલ જગ્યા માટે જાણ જે તે સભ્યને તથા યોગ્ય સત્તાધિકારીને કરવાની રહેશે. આ જાણ કર્યા પછી પંદર દિવસમાં સભ્ય પોતાની રજૂઆત કરી શકશે અને યોગ્ય સત્તાધિકારીનો નિર્ણય આખરી ગણાશે. જો આવો સભ્ય ઉપસરપંચ હોય તો બીજા પંચાયતના સભ્યોમાંથી ઉપસરપંચની ચૂંટણી કરવી પડશે.

૧૧. જે સભ્યોનો હોદ્દો કલમ ૩૨ અથવા કલમ ૫૮ હેઠળ ખાલી થયો હોય તો તે ફરીથી ચૂંટાવાને પાત્ર થશે. આ ચૂંટણી જયારે થાય ત્યારથી જે તે પંચાયતની મુદ્દત પૂરી થવાના માત્ર ચાર માસ બાકી રહ્યા હોય તો આ જગ્યાઓ પૂરવામાં આવશે નહી.

જો ગ્રામ પંચાયતના ઉપસરપંચ કે સરપંચની ચૂંટણી હોય ત્યારે યોગ્ય સત્તાધિકારી કલમ ૫૧ની જેમ જ ચૂંટણી કરાવશે. (કલમ ૬૧)

૧૨. કોઈપણ મિટિંગ થઈ હોય અને પછી મિટીંગમાં જો કોઈ વ્યક્તિ દોષિત છે એમ સાબિત થાય તો તે વ્યક્તિનો ભોગ લેવાથી તે પ્રસંગ દોષિત થયો છે એમ મનાય નહિ.

જો તે કાર્યવાહી નિયમ મુજબ થઈ હોય તો તે સમિતિની કાર્યવાહી યોગ્ય નથી એમ માની શકાશે નહી. આ બાબત અંગે કોઈ વિરુદ્ધની વાત સાબિત ન થાય ત્યાં સુધી થયેલી બધી જ કાર્યવાહી યોગ્ય રીતે થઈ છે તેમ ગણાશે. (કલમ ૫૭-૨)

ગ્રામસભા :

કલમ (૪) મુજબ ગ્રામ માટે ગ્રામસભા રહેશે. પંચાયત અધિનિયમ ૧૯૯૩ મુજબ ગ્રામસભા ખૂબ મહત્વની વ્યવસ્થા છે. આ અધિનિયમમાં

ગ્રામસભાને મહત્વના નિર્ણયો લેવાના અધિકારો અપાયા છે. સરપંચ નકકી કરે તે મુજબ ઠરાવેલા સમય અને સ્થળે ગ્રામસભાની બેઠક ભરવી જોઇએ. બે ગ્રામસભાઓ વચ્ચે ઓછામાં ઓછો ૩ માસનો સમયગાળો રાખવાનો રહે છે. વર્ષમાં ઓછામાં ઓછું બે ગ્રામ પંચાયતે ગ્રામસભા ફરજિયાત રીતે બોલાવવાની રહેશે. (કલમ ૯૪-૧).

આ સિવાય તાલુકા પંચાયત કે જિલ્લા પંચાયત સરપંચને આદેશ આપે તો ગ્રામસભાની અસામાન્ય બેઠક સરપંચે બોલાવવી પડશે. તાલુકા પંચાયત કે જિલ્લા પંચાયત કોઇ અધિકારીને અધિકૃત કરે તો તે અધિકારી ગ્રામસભામાં હાજર રહી શકશે અને કાર્યવાહીમાં ભાગ લઇ શકશે. પરંતુ તેમનો મત આપવાનો અધિકાર રહેશે નહી. ગ્રામસભાના અધ્યક્ષ સ્થાને સરપંચ રહેશે અને સરપંચની ગેરહાજરીમાં ઉપસરપંચ અધ્યક્ષ સ્થાન લેશે. જો બંને ગેરહાજર હશે તો ગ્રામસભા પંચાયતમાં હાજર રહેલા સભ્યોમાંથી એકને અધ્યક્ષ સ્થાને ચૂંટાશે. (કલમ ૯૩, ૧, ૨, ૩)

આ ગ્રામસભામાં હાજર રહેવા માટે કોઇ વ્યક્તિ હકકદાર છે કે નહી તે નકકી કરવા માટે મતદાર યાદીને આધારે માનવી જોઇ તથા આ માટે અધ્યક્ષનો નિર્ણય આખરી ગણાશે. (કલમ ૯૩-૪)

આ ગ્રામસભા સમક્ષ પંચાયતે નીચેની બાબતોની રજૂઆત કરી છે. તેમાં તે બાબતોની મંજૂરી મેળવવી પડશે.

૧. હિસાબોનું વાર્ષિકપત્રક

૨. પૂર્ણ થયેલ હિસાબીવર્ષના રિપોર્ટ રજૂ કરવા.

૩. ચાલુ હિસાબી વર્ષનો વિકાસ અને બીજો કાર્યક્રમ રજૂ કરવો.

૪. છેલ્લી ઓડિટની નોંધ અને તેના જવાબોની રજૂઆત

પ. આ સિવાય તાલુકા પંચાયત કે જિલ્લા પંચાયતની સૂચના અનુસારની બીજી બાબતો પણ ગ્રામસભામાં રજૂ કરવાની રહેશે.

ગ્રામસભાની સમક્ષ રજૂ થયેલ બધી બાબતો અંગે ચર્ચા કરી શકાશે અને ગ્રામસભાએ કરેલ સૂચનોને પંચાયતે ધ્યાનમાં લેવા પડશે. સભ્યોના સરખા મત થાય ત્યારે અધ્યક્ષ પોતાનો નિર્ણય આપી શકશે. (કલમ ૯૪)

વાર્ષિક અંદાજ :

ગ્રામપંચાયત દરેક નાણાંકીય વર્ષનું અંદાજપત્ર તૈયાર કરી તાલુકા પંચાયતને ૧પમી ડિસેમ્બર સુધીમાં મોકલવાનું રહેશે. તાલુકા પંચાયતે તે અંદાજપત્ર ચકાસણી કરી મંતવ્ય અને ભલામણ સહિત બે મહિનાની અંદર પરત કરવાનું રહેશે. ગ્રામ પંચાયતે તાલુકાપંચાયતને આપેલા મંતવ્યો અને ભલામણો ધ્યાનમાં લઇને અંદાજપત્ર જે તે ચાલુ વર્ષના અંતમાં ૩૧મી સુધીમાં આખરી નિર્ણય મંજૂરી આપવાનો રહેશે. અંદાજપત્ર એ રીતે તૈયાર કરવાનું રહેશે કે વર્ષના અંતે પંચાયત પાસેની તેની આવક અને કાયદેસર મળવાપાત્ર સહાય રકમના ૧૦% રકમની સિલક જમા રહેશે. (કલમ ૧૧૬)

જયારે એક ખર્ચ સદરમાંથી બીજા સદરમાં ખર્ચ કરવાનો હોય ત્યારે પુનઃ વિનિયોગ કરવાનાં રહે છે અથવા અંદાજપત્રમાં કરેલ જોગવાઇ કરતાં વધુ ખર્ચ કે બીજી બાબત (વધારાની) ઉમેરવી પડે તેમ હોય ત્યારે સુધારેલું અંદાજપત્ર પણ રજૂ કરી શકાય. તેમાં પણ અંદાજ પત્ર મંજૂર કરતી વખતે કરવામાં આવેલ પદ્ધતિ અખત્યાર કરવાની રહેશે. (કલમ ૧૧૭)

તાકીદના પ્રસંગ સિવાય કોઇ રકમનો અંદાજ પત્રમાં સમાવેશ કરવામાં આવ્યો ન હોય તેવો ખર્ચ કરી શકાશે નહીં. જો કોઇ રકમ તાકીદના પ્રસંગે

બીજી રીતે ખર્ચ કરવામાં આવે તો તે સંજોગોમાં અને વધારાના ખર્ચ અંગે સ્પષ્ટીકરણ સાથે તાલુકા પંચાયતને લખી જણાવવું પડે. (કલમ ૧૧૮)

૨. તાલુકા પંચાયતની રચના :

ગુજરાતની તાલુકા પંચાયતએ રાજસ્થાન અને આંધ્રપ્રદેશની પોતાના સ્વતંત્ર કાર્યો, નાણાં, સાધનો અને સ્ટાફ ધરાવતી પંચાયત સમિતિ સાથે સરખાવી શકાય એવું સંસ્થાપિત મંડળ છે. જો કે તે જિલ્લા પંચાયતના તાંબા હેઠળ છે. નગરપાલિકા સિવાયના દરેક મહેસુલી તાલુકા માટે તાલુકા પંચાયતની રચના કરવામાં આવી છે. તાલુકા પંચાયત હોદ્દાની રૂએ કો-ઓપ્ટ કરેલા અને સહસભ્યોની બનેલી હોય છે. હોદ્દાની રુએ સભ્યો તાલુકાની અંદર આવેલી ગ્રામપંચાયતોના સરપંચો અને નગરપંચાયતોના અધ્યક્ષો. કો-ઓપ્ટ કરેલા સભ્યો-૨ સામાજિક કાર્યકરો, ૨ સ્ત્રી અને અનુસૂચિત જાતિઓના- ૨ પ્રતિનિધિઓ તાલુકા પંચાયતમાં ઓપ્ટ કરવામાં આવે છે. તાલુકાની આદિજાતિ વસ્તી ૫% કે તેથી વધુ તો અનુસૂચિત આદિજાતિઓના-૨ પ્રતિનિધિઓને તાલુકા પંચાયતમાં કો-ઓપ્ટ કરવામાં આવે છે. તાલુકા પંચાયતની હોદ્દાની રૂએ સભ્યો અને કો-ઓપ્ટ સભ્યો પોતાનામાંથી પ્રમુખ અને ઉપપ્રમુખને ચૂંટી કાઢે છે.

કાર્યો :

તાલુકા પંચાયતોને સ્વચ્છતા, આરોગ્ય, માર્ગવ્યવહાર, શિક્ષણ અને સંસ્કૃતિ, સમાજશિક્ષણ, ખેતી અને પશુપાલન, નાના ઉધોગો, સહકાર, સમૂહ વિકાસ વગેરે ક્ષેત્રોના કાર્યો સોંપવામાં આવ્યા હતા. તાલુકા પંચાયતોને પ્રાથમિક શિક્ષણ, દવાખાનાના સંચાલન, અમુક માર્ગોની જાળવણી અને સમૂહ વિકાસ કાર્યક્રમ હાથ ધરવાની જવાબદારીઓ પણ

સોંપવામાં આવી છે.

તાલુકા પંચાયતનો વિસ્તાર :

૧. કલમ-૩ મુજબ દરેક તાલુકાને એક તાલુકા પંચાયત હોય છે.

૨. જિલ્લા પંચાયતને આધીન રહીને તાલુકા પંચાયતના નકકી કરેલા વિસ્તાર માટે તાલુકા પંચાયતની હુકૂમત રહેશે. (કલમ-૬ (૨)).

૩. તાલુકા પંચાયત જિલ્લા પંચાયતના તાબા નીચે રહેશે. (કલમ ૬(૩)(બ))

૪. રાજ્ય સરકારના કાયદાને સુસંગત જિલ્લા પંચાયત તાલુકા પંચાયતને કાર્યો, ફરજો તથા સત્તા વાપરવાનો આદેશ આપી શકશે.

૫. ૧ લાખ કરતા ઓછી વસ્તીવાળા તાલુકા માટે તાલુકા પંચાયત રહેશે. આ તાલુકા પંચાયતમાં પંદર સભ્યો દ્વારા ચૂંટવામાં આવશે. ૧ લાખથી વધુ વસ્તી હોય તેવા તાલુકા માટે દરેક પચ્ચીસ હજારની વસ્તી માટે બે સભ્યોનો વધારો કરવામાં આવશે. આ પંચાયતના સભ્યો તાલુકાના લાયક મતદારોમાંથી ચૂંટવાના રહેશે. (કલમ ૧૦(૨))

૬. તાલુકા પંચાયતના ચૂંટાયેલા સભ્યો તેમનામાંથી પ્રમુખ અને ઉપપ્રમુખ ચૂંટશે. (કલમ ૧૦ (૩)).

૭. તાલુકા પંચાયતના સભ્યો માટે વસ્તીના પ્રમાણમાં રાજ્ય અનુસૂચિત જનજાતિ માટે અનામત બેઠકોની જોગવાઇ કરશે. તેજ રીતે સામજિક-શૈક્ષણિક પછાતવર્ગો માટે ૧/

૧૦ એક દશાંશ બેઠકો અનામત રાખવાની જોગવાઇ કરશે. તેજ રીતે તાલુકા પંચાયતની કુલ બેઠકોની એક તૃતીયાંશ બેઠકો સ્ત્રીઓ માટે અનામત રાખવાની જોગવાઇ કરવાની રહેશે. આ તમામ અનામત બેઠકો રાજ્ય

સરકાર જુદા જુદા પ્રાદેશિક મતદાર મંડળોમાં ફાળવશે સાથે સાથે હોદ્દેદારોમાં આ પણ અનામતની જોગવાઈ કરવામાં આવશે. (કલમ ૧૦(૫)).

૮. તાલુકા પંચાયતમાં તે જ મતદાર વિસ્તારમાંથી ચૂંટાયેલા ગુજરાત વિધાનસભાના સભ્યો કાયમી નિમંત્રીતો ગણાશે અને તેઓને મત આપવાનો અધિકાર રહેશે નહી. (કલમ ૧૦(૬) જયારે તે ગુજરાત વિધાનસભાનો સભ્ય નહી રહે ત્યારે તે તાલુકા પંચાયતનો સભ્ય પણ નહીં રહે.

૯. રાજય સરકાર આદેશ આપીને તાલુકાના મુખ્ય મથકે તાલુકા પંચાયતનું સ્થળ નકકી કરશે. તાલુકા પંચાયતની હદમાંની તાલુકા પંચાયતની મિલકત તાલુકા પંચાયતની ગણાશે. (કલમ-૧૨)

૧૦. તાલુકા પંચાયતની મુદ્દત પાંચ વર્ષની રહેશે.

તાલુકા પંચાયત જો અધિનિયમથી વિસર્જિત ન કરવામાં આવે તો તેની મુદ્દત પાંચ વર્ષની રહેશે. જો અધિનિયમથી વિસર્જન કરવામાં આવ્યું હોય અને મૂળ તાલુકા પંચાયતની મુદ્દત પૂરી થવાને માત્ર છ માસ બાકી હોય તો ફરીથી ચૂંટણી કરવી આવશ્યક નથી. જો છ માસથી વધુ સમય બાકી હોય તો ફરી ચૂંટણી કરવામાં આવશે. (કલમ-૧૩)

તાલુકા પંચાયતની પ્રથમ બેઠક અને પ્રમુખ તથા ઉપપ્રમુખની ચૂંટણી :

તાલુકા પંચાયતના સભ્યોની ચૂંટણી પૂરી થાય એટલે અઠવાડિયામાં કલમ ૧૩ મુજબ પ્રથમ મિટીંગ તાલુકા પંચાયતના પ્રમુખ તથા ઉપપ્રમુખ ચૂંટવા બોલાવવી પડશે. સામાન્ય ચૂંટણીમાં ચૂંટાયેલા સભ્યોના નામો કલમ ૧૫ હેઠળ પ્રસિદ્ધ કરવામાં આવે તે તારીખથી ચાર અઠવાડિયામાં પ્રમુખ અને ઉપપ્રમુખની ચૂંટણીની મિટીંગ બોલાવવાની રહે છે. આ બેઠક જો સમય

મર્યાદામાં બોલાવાય તો યોગ્ય સત્તાધિકારી આ મિટીંગ બોલાવશે. અલબત્ત આ સત્તાધિકારી મત આપી શકશે નહી. આ તાલુકા પંચાયતમાં સરકારે રાજયની અનુસૂચિત જાતિ, અનુસૂચિત જનજાતિના પ્રમાણમાં તથા ૧૦% સામાજિક શૈક્ષણિક રીતે પછાતવર્ગો માટે અનામત રાખવી પડશે. સ્ત્રીઓ માટે અનામત રખાયેલ ૧/૩ હોદ્દા રાજય સરકાર જુદી જુદી તાલુકા પંચાયતને વારાફરતી ફાળવશે. (કલમ-૬૩)

તાલુકા પંચાયતના ચૂંટાયેલા સભ્યોની પ્રથમ બેઠક રાજય સરકારે અધિકૃત કરેલ અધિકારી ભરશે અને આ મિટીંગમાં માત્ર પ્રમુખ અને ઉપપ્રમુખની ચૂંટણીનું કાર્ય થશે. જો કોઇ બે વ્યક્તિને સરખા મત મળે તો ચિઠ્ઠી નાખી હોદ્દેદાર નકકી કરવામાં આવશે. આ અંગેની તકરાર યોગ્ય અધિકારીને વીસ દિવસમાં લખીને મોકલવાની રહેશે અને સત્તાધિકારીઓનો નિર્ણય આખરી ગણાશે. આ બાબતે કોર્ટમાં કોઇ કાર્યવાહી થઇ શકશે નહીં. (કલમ ૬૩-૫ થી ૮).

હોદ્દેદારોને હવાલો સોંપવા બાબત :

નિવૃત્ત થતા પ્રમુખ અને ઉપપ્રમુખે નવા વરાયેલા પ્રમુખ-ઉપપ્રમુખને દફતર અને મિલ્કત સોંપી દેવી પડશે. (કલમ-૬૪)

તાલુકા પંચાયત પ્રમુખને માનદવેતન અને ભથ્થા તાલુકા પંચાયતના પ્રમુખને નકકી થાય એટલું માનદવેતન આપી શકાશે. (કલમ ૬૫-૧) પ્રમુખને સરકારની પૂર્વમંજૂરીથી નિવાસસ્થાન અથવા મકાનભથ્થું આપવામાં આવશે. મકાનના નિભાવ ખર્ચ અંગે પણ પ્રમુખે કઇ પણ આપવાનું રહેશે નહી. ઉપપ્રમુખને પ્રમુખની ગેરહાજરી દરમ્યાન આવા કોઇ ભથ્થા અપાશે

નહીં. પ્રમુખ-ઉપપ્રમુખ સરકારી કામકાજ માટે મુસાફરી કરે ત્યારે મુસાફરી ભથ્થું મેળવવાને હકદાર બને છે. (કલમ ૬૫, ૨,૩, ૪)

પ્રમુખ સતત પંદર દિવસથી વધુ ગેરહાજર હોય ત્યારે માનદ્‌વેતન મેળવવાને હકદાર રહેશે નહીં. જયારે માંદગી દરમ્યાન તેમને ૯૦ દિવસની સમય મર્યાદા સુધી માનદ્‌વેતન મળી શકશે. સરકારી કામકાજ માટેની મુસાફરી હોય ત્યારે તેઓ માનદ્‌વેતન મેળવવા હકદાર બને છે. (કલમ ૬૬ - ૧,૨,૩)

તાલુકા પંચાયતના સભ્યોની પ્રમુખ અને ઉપપ્રમુખની મુદ્દત પંચાયતની મુદ્દત જેટલી જ રહેશે. પ્રમુખ યોગ્ય સત્તાધિકારીને લેખિત રાજીનામું આપી શકે છે અને આ રાજીનામું સ્વીકારાય નહીં ત્યાં સુધી અમલમાં આવશે નહીં. જયારે પંચાયતનો કોઇપણ સભ્ય પ્રમુખને લેખિત રાજીનામું આપે અને રાજીનામું પ્રમુખને મળે ત્યારથી અમલી બનશે. આ અંગેની તકરાર વ્યક્તિ યોગ્ય અધિકારીને વીસ દિવસમાં મોકલી આપે અને તે અધિકારીનો નિર્ણય આ બાબતમાં આખરી ગણાશે.

તાલુકા પંચાયતના પ્રમુખ અને ઉપપ્રમુખની સત્તા :

તાલુકા પંચાયતના પ્રમુખે તાલુકા પંચાયતની બેઠક બોલાવવા તેનું અધ્યક્ષ સ્થાન લેવું અને મિટીંગનું સંચાલન કરવું જોઇએ. પંચાયતના બધાં જ દફતરો તપાસી શકશે. પ્રમુખે પંચાયતના આર્થિક અને કારોબારી વહીવટ પર દેખરેખ રાખવી જોઇએ અને આમાં ઉપજતાં પ્રશ્નોનો યોગ્ય ઉકેલ લાવવા પ્રયાસ કરવો જોઇએ. પંચાયત અથવા કોઇપણ સમિતિના ઠરાવો અથવા નિર્ણયનો અમલ કરાવવા માટે તાલુકા વિકાસ અધિકારી પર વહીવટી દેખરેખ રાખવાની હોય ત્યારે પ્રમુખ તાકીદના પ્રસંગે એ કોઇપણ

કામ કરવા, મોકુફ રાખવા કે બંધ કરવાનો આદેશ આપી શકે છે અને તે અંગેનું બધુ ખર્ચ ફંડમાંથી આપવું એવો આદેશ આપી શકાશે. પરંતુ આ લીધેલા પગલાંના કારણો કારોબારી સમિતિ કે બીજી સમિતિની બેઠકમાં જણાવી દેવા જોઇએ. (કલમ-૬૯)

ઉપપ્રમુખ :

ઉપપ્રમુખે, પ્રમુખની ગેરહાજરીમાં પંચાયતની બેઠકોનું અધ્યક્ષ સ્થાન લેવું જોઇએ. પ્રમુખની ગેરહાજરીમાં તેની સત્તા વાપરી ફરજ બજાવવી જોઇએ. પ્રમુખ વખતો-વખત જે સત્તા અને ફરજ લેખિત હુકમથી સોંપે તે સત્તા વાપરવી જોઇએ અને ફરજો બજાવવી જોઇએ. (કલમ ૬૯)

પ્રમુખ અને ઉપપ્રમુખ ઉપર અવિશ્વાસનો પ્રસ્તાવ :

પ્રમુખ તથા ઉપપ્રમુખ સામે તાલુકા પંચાયતના સભ્યો અવિશ્વાસનો પ્રસ્તાવ રજૂ કરી શકશે અને પંચાયતના ૨/૩ સભ્યોની બહુમતીથી એ પસાર થાય તે પછી તે વ્યક્તિ ત્રણ દિવસ પછી એ હોદ્દો ધરાવતી બંધ થશે. જે સભામાં અવિશ્વાસની દરખાસ્તની ચર્ચા થવાની હોય ત્યાં જ વ્યક્તિ માટે અવિશ્વાસનો પ્રસ્તાવ રજૂ થયો હોય તે અધ્યક્ષસ્થાન લઇ શકશે નહીં. અવિશ્વાસનો પ્રસ્તાવ પંચાયતને મળે પછી પંદર દિવસમાં પંચાયતની મિટીંગ બોલાવવી પડે. જો પંચાયતના પ્રમુખ આવી મીટીંગ બોલાવે નહીં તો પંચાયત સેક્રેટરીએ યોગ્ય અધિકારીને રિપોર્ટ કરવો જોઇએ અને તે રિપોર્ટ મળયેથી પંદર દિવસમાં પંચાયતની બેઠક બોલાવવી જોઇએ. (કલમ ૭૦)

તાલુકા પંચાયત પ્રમુખ અને ઉપપ્રમુખને હોદ્દા પરથી દૂર કરવા બાબત :

કોઈપણ પંચાયતના સભ્ય, પ્રમુખ કે ઉપપ્રમુખ પોતાની ફરજ બજાવવામાં નિષ્ફળ ગયા હોય, ગેરવર્તણૂંક બદલ, શરમજનક વર્તણૂંક બદલ અથવા સત્તાનો દુરુપયોગ માટે અથવા ફરજ બજાવવામાં અસમર્થ હોય ત્યારે યોગ્ય સત્તાધિકારી તેમને ખુલાસાની તક આપ્યા પછી તેમને હોદ્દા પરથી દૂર કરી શકશે. આવી વ્યક્તિને પાંચ વર્ષથી વધુ ન હોય તેટલી મુદત સુધી ગેરલાયક ઠરાવી શકશે. આવી બાબતથી નારાજ વ્યક્તિ વીસ દિવસમાં નકકી કરેલ સત્તાધિકારીને અપીલ કરી શકે, તાલુકા પંચાયતના સભ્ય, પ્રમુખ કે ઉપપ્રમુખ હોદ્દાનું રાજીનામું આપી શકે. કોઇ પ્રમુખ કે ઉપપ્રમુખ ઉપર નૈતિક અધઃપતનવાળા ગુનાના સંબંધમાં ફોજદારી કાર્યવાહી કરવામાં આવી હોય ત્યારે યોગ્ય સત્તાધિકારીને તેને હોદ્દા ઉપરથી મોકૂફ રાખી શકશે. આ બાબત અંગે પણ નારાજગી હોય તો વીસ દિવસમાં અપીલ થઇ શકે છે. (કલમ ૭૧ અને ૭૩)

પંચાયતમાં પંચાયતના સભ્ય ઉપપ્રમુખને ચાર મહિનાથી ઓછી રજા આપી શકે અને ઉપપ્રમુખને રજા આપી હોય ત્યારે એની ફરજો બજાવવા માટે બીજા ઉપપ્રમુખને તેટલી મુદત માટે ઉપપ્રમુખ તરીકે ચૂંટી કાઢશે. પંચાયતની રજા વિના સળંગ ચાર બેઠકોમાં સભ્ય, ઉપપ્રમુખ ગેરહાજર રહે તો તે બેઠક ખાલી થયેલ છે તે ગણાય છે. આ બાબત અંગે પંદર દિવસમાં તે વ્યક્તિ સત્તાધિકારીને રજૂઆત કરી શકે છે. આ તકરાર અંગે યોગ્ય સત્તાધિકારીનો નિર્ણય આખરી ગણાય. (કલમ-૭૨)

કોઈ સભ્ય ચૂંટણી સમયે કોઈ કારણસર ગેરલાયક હોય (કલમ-૩૦) તો નહીં પરંતુ ગેરહાજર રહેવાને લીધે (કલમ-૭૨) અથવા અસમર્થ થયા હોય તો તે ફરી ચૂંટાવાને પાત્ર બનશે. (કલમ-૭૪)

ખાલી પડેલ જગ્યા ભરવા બાબત :

પંચાયતના સભ્ય પ્રમુખ કે ઉપપ્રમુખની જગ્યા ખાલી પડેલ હોય તો તે નિયમ મુજબ ભરવી જોઇએ. પરંતુ પંચાયત સભ્યની પંચાયતની મુદ્દતના છેલ્લા માસ માટે જ ખાલી પડી હોય તો તે ફરીથી ભરાઇ શકાશે નહીં. (કલમ ૭૫)

પંચાયતના અને સમિતિના કાર્યો, કાર્યવાહી તેના સભ્યોની ગેરલાયકાતથી રદ ગણાશે નહીં. એટલે કે કોઇ સભ્ય, પ્રમુખ કે ઉપપ્રમુખ ગેરલાયક ઠરે તો તેને કારણે બધાં જ કાર્યો કે કાર્યવાહી રદ થશે નહીં. પંચાયતની ખાલી પડેલ જગ્યાએ હોવા છતાં પંચાયત કામ કરી શકશે.

(કલમ-૭૬)

તાલુકા પંચાયતના અધિકારી, કાર્યો અને ફરજો :

તાલુકાના જે વિસ્તાર માટે તાલુકા પંચાયતની રચના કરવામાં આવી હોય તેને માટે જિલ્લા પંચાયતના અધિકારીને આધીન રહીને તાલુકા પંચાયતના સત્તા, કાર્યો અને ફરજો બજાવશે.

ભારતીય બંધારણના આર્ટિકલ ૨૪૩ જી મુજબ તાલુકા પંચાયતના કાર્યો મુખ્યત્વે કરવાના રહેશે.

૧. જિલ્લા વિકાસ યોજના સાથે સંયોજન કરી જિલ્લા પંચાયત અને સરકારે સોંપેલા કાર્યોને ધ્યાનમાં રાખી વાર્ષિક વિકાસ યોજના બનાવવી.

૨. તાલુકાના બધાં જ ગામોની વાર્ષિક વિકાસ યોજનાને એકત્ર કરી જિલ્લા પંચાયતને મોકલવી.

૩. સમય મર્યાદામાં તાલુકા માટે વાર્ષિક બજેટ તૈયાર કરી જિલ્લા પંચાયતને સુપ્રત કરવું.

૪. સરકાર કે જિલ્લા પંચાયત સોંપે તેવા કાર્યો કરવાં.

૫. કુદરતી આફત સમયે રાહત કાર્યો કરવાં.

૬. કૃષિ અને કૃષિ વિસ્તરણ કાર્યોની વ્યવસ્થા કરવી.

૭. જમીન સુધારણના કાર્યો કરવાં.

૮. નાની સિંચાઇ અને પાણીની વ્યવસ્થા કરવી.

૯. પશુપાલન ડેરી મત્સ્યઉધોગ વગેરેની વ્યવસ્થા ગોઠવવી.

૧૦. ખાદી અને ગ્રામોધોગની યોજનાને તાલુકા કક્ષાએ ઉત્તેજન આપવાનો પ્રયાસ કરવો.

૧૧. ગ્રામ ગૃહનિર્માણ, પીવાના પાણી, સામાજિક વનીકરણ, બળતણ અને ઘાસ અંગે

યોગ્ય વ્યવસ્થા કરવી.

૧૨. વાહનવ્યવહાર માટે સુવિધાઓ ઉભી કરવી જેવા કે રોડ, પુલ, જળમાર્ગો.

૧૩. પરંપરાગત ઊર્જાના સાધનો સિવાયના નવા ઊર્જા સાધનો સ્થાપિત કરવાનાં પ્રયત્નો કરવાં.

૧૪. ગરીબી નિવારણ કાર્યક્રમોનો અમલ કરાવવો.

૧૫. શિક્ષણની સુવિધાઓ ઉભી કરવી તથા જાળવવી.

૧૬. તક્નિકી તાલીમ તથા વ્યવસાયી શિક્ષણની વ્યવસ્થા યોજવી.

૧૭. પ્રૌઢશિક્ષણ તથા વૈજ્ઞાનિક શિક્ષણની વ્યવસ્થા યોજવી.

૧૮. સાંસ્કૃતિક પ્રવૃત્તિઓનું આયોજન કરવું.

૧૯. મેળા તથા તહેવારોની વ્યવસ્થા યોજવી.

૨૦. આરોગ્ય અને કુટુંબકલ્યાણ યોજનાઓનો અમલ કરવો.

૨૧. સ્ત્રી અને બાળવિકાસની યોજનાઓને ઉત્તેજન આપવું.

૨૨. સામાજિક કલ્યાણ, અપંગ તથા મંદબુદ્ધિની વ્યક્તિઓ માટે કલ્યાણ કાર્યક્રમોનો અમલ કરાવવો.

૨૩. અનુસૂચિત જાતિ, અનુસૂચિત જનજાતિ તથા નબળાં વર્ગોના કલ્યાણ માટે યોજનાઓ અમલમાં મુકવી.

૨૪. સામૂહિક મિલકતોની જાળવણી કરવી.

૨૫. જાહેર વિતરણ વ્યવસ્થા, યોગ્ય રીતે કાર્યરત રહે તેવું કરવું.

૨૬. ગ્રામ્ય વિજળીકરણને ઉત્તેજન આપવું.

૨૭. સહકારી પ્રવૃત્તિઓને મહત્વ આપવું.

૨૮. તાલુકામાં પુસ્તકાલયો કાર્યરત થાય એવી વ્યવસ્થા ગોઠવવી.

તાલુકા પંચાયત તાલુકાના વિકાસ કાર્યો હાથ ધરે તેવી અપેક્ષા છે.

તાલુકા પંચાયતની વિવિધ સમિતિઓ :

તાલુકા પંચાયતના કાર્યો કરવા અને ફરજો બજાવવા માટે સમિતિઓ રચવી.

(૧) કારોબારી સમિતિ (૨) સામાજિક ન્યાય સમિતિ

કારોબારી સમિતિ :

પંચાયતના કાર્યો કરવા અને ફરજો બજાવવા આ સમિતિની રચના કરશે. આ સમિતિમાં વધુમાં વધુ નવ સભ્યો હશે. દરેક સભ્યોમાંથી એક અધ્યક્ષ ચૂટશે. કારોબારી સમિતિની મુદ્દત બે વર્ષની રહેશે. કારોબારી પોતાની ફરજો અને કાર્યો બજાવવા બીજી બે પેટા સમિતિ નિમી શકશે. પરંતુ આ પેટા સમિતિઓ આખરી નિર્ણય લઇ શકશે નહીં. તાલુકા પંચાયત સોંપે તેવા બધા કાર્યો તે કરશે.

સામાજિક ન્યાય સમિતિ :

અનુસૂચિત જાતિ અને અનુસૂચિત જનજાતિના તથા સમાજના નબળા વર્ગોને સામાજિક ન્યાય મળે તે માટે આ સમિતિ કાર્ય કરશે. આ સમિતિમાં પાંચ સભ્યો હશે. પંચાયત સોંપે તેવા બધા કાર્યો તે કરશે. સામાજિક ન્યાય સમિતિના નિર્ણયથી નારાજ થયેલ વ્યક્તિ આઠ દિવસમાં જિલ્લા પંચાયતની સામાજિક ન્યાય સમિતિને અપીલ કરી શકે છે. જિલ્લા પંચાયતની સામાજિક ન્યાય સમિતિ વ્યક્તિને સુનાવણીની તક આપ્યા પછી આ નિર્ણય બહાલ રાખી શકે અથવા તેને રદ કરી શકશે. આ સમિતિના સભ્યો અધ્યક્ષને ચૂંટશે. સામાજિક ન્યાય સમિતિના અધ્યક્ષ નકકી કરેલ માનદ્ વેતન પ્રાપ્ત કરશે તથા મુસાફરી ભથ્થા મેળવશે.

ઉપરોકત બંને સમિતિઓ તથા તાલુકા પંચાયત બીજી કોઇ સમિતિ નીમે તો બધી સમિતિઓ માટે નીચેની જોગવાઇ રહેશે.

૧. તાલુકા પંચાયત આવી સમિતિઓને કાર્યો સોંપી શકશે અથવા યોજનાઓ અમલ માટે આદેશ આપી શકે. આવી સમિતિઓએ તાલુકાપંચાયતને રિપોર્ટ કરવો પડશે.

૨. આ સમિતિઓમાં તાલુકા પંચાયતના સભ્યો ચૂંટાઇને સભ્ય બની શકે.

૩. આ સમિતિમાં કોઇપણ મતદારને નિમણૂંક આપી શકશે પરંતુ આ સભ્ય સમિતિની ચર્ચામાં ભાગ લેશે પરંતુ તેમને મત આપવાનો હકક રહેશે નહીં.

૪. દરેક સમિતિ અધ્યક્ષ ચૂંટશે.

૫. આવી સમિતિમાં જો પ્રમુખ કે ઉપપ્રમુખ સભ્ય હોય તો હોદ્દાની રૂએ અધ્યક્ષ થશે. પરંતુ જો એ હોદ્દો ધરાવવાની ના પાડે તો બીજો કોઇ અધ્યક્ષ ચૂંટાઇ શકે.

૬. પંચાયતનાં સભ્ય ન હોય તેવી વ્યક્તિ અધ્યક્ષ થઇ શકે નહીં.

૭. પંચાયતના સભ્ય બે થી વધુ સમિતિના સભ્ય બની શકે નહીં. જો એક સભ્ય બેથી વધુ સમિતિના સભ્ય હોય તો જે તે સભ્ય દિવસમાં પોતાની બે સમિતિ નકકી કરીને પંચાયતને જણાવવી પડશે અને સભ્યનો નિર્ણય દસ દિવસમાં ન કરે તો પંચાયત બે સમિતિઓ નકકી કરી બાકીની સમિતિઓની બેઠકો ખાલી થયેલ છે, એમ ગણાશે અને સભ્યને તેની જાણ કરશે.

૮. સમિતિમાં એકવાર ચૂંટાયેલા સભ્ય ફરી ચૂંટાવાને પાત્ર રહેશે નહીં.

૯. કારોબારી સમિતિ અને સામાજિક ન્યાયસમિતિ સિવાયની સમિતિઓની મુદત એક વર્ષથી ઓછી રહેશે. પરંતુ નિમાયેલ સમિતિ પંચાયતની બાકીની મુદત જેટલી મુદત રહેશે.

૧૦. કોઈપણ સભ્ય કે અધ્યક્ષ તાલુકા પંચાયતને પોતાનું રાજીનામું મોકલી સભ્ય કે અધ્યક્ષપદેથી રાજીનામું આપી શકશે.

૧૧. સમિતિમાં ખાલી પડેલ જગ્યા તરત જ ભરવામાં આવશે.

૧૨. તાલુકા પંચાયત કોઈપણ સમિતિ પાસેથી સત્તા, કાર્યો કે ફરજ પાછા લઈ બીજી સમિતિને સોંપી શકશે.

૧૩. કોઈ સમિતિને સોંપવામાં નહીં આવેલા કાર્યો તાલુકા પંચાયત બજાવશે.

૧૪. તાલુકા પંચાયત સમિતિઓને વખતો-વખત સૂચનાઓ આપી શકશે. તાલુકા પંચાયત કોઈપણ સમિતિ પાસે પત્રક, નિવેદન, હિસાબો તથા રિપોર્ટ માગી શકશે. સમિતિએ વિના વિલંબે આ કાર્ય અદા કરવું પડશે.

૧૫. પંચાયતની સમિતિના નિર્ણયથી નારાજ થયેલ વ્યક્તિ તાલુકા પંચાયતને આઠ દિવસમાં અપીલ કરી શકે.

૧૬. સામાજિક ન્યાય સમિતિના નિર્ણયથી નારાજ થયેલ વ્યક્તિ જિલ્લા પંચાયતની સામાજિક ન્યાય સમિતિને આઠ દિવસમાં અપીલ કરી શકે.

૧૭. તાલુકા પંચાયતના સમિતિઓનાં સભ્યોને સમિતિની બેઠકમાં હાજર રહેવા માટે તથા કામકાજ માટે મુસાફરી ભથ્થા આપવામાં આવશે. આ ભથ્થા પ્રશ્ચાતવતી અસરથી પણ આપવામાં આવશે.

૧૮. સમિતિઓની બેઠક માટેનું સમય, સ્થળ, કોરમ તથા કાર્યરીતી નકકી કરવામાં આવે તેવાં રહેશે.

૧૯. તાલુકા પંચાયત અથવા બધી સમિતિઓમાં બહુમતીથી નિર્ણય લેવામાં આવશે અને જો સમાન મત હોય તો અધ્યક્ષ નિર્ણાયક મત આપી શકશે. કયારેક જો શકય ના હોય તો સરકયુલેશનથી મત લેવામાં આવશે.

૨૦. તાલુકા પંચાયત અથવા સમિતિઓમાં નિષ્ણાંત વ્યક્તિઓને આમંત્રણ આપી શકશે.

વધુમાં વધુ ૪ વ્યક્તિઓને આમંત્રણ આપી શકશે. યુનિવર્સિટીના નિષ્ણાંત અને પાંચ વર્ષના અનુભવી પ્રાધ્યાપકોની સેવાઓ લઇ શકાશે. આ નિમંત્રિત સભ્યો ચર્ચા- વિચારણામાં ભાગ લઇ શકે પણ મત આપી શકે નહીં. (કલમ ૧૨૩ થી ૧૨૭ અને ૧૨૯)

તાલુકા પંચાયત અંગે જોગવાઇઓ :

તાલુકા પંચાયતની બેઠક સામાન્ય રીતે ત્રણ માસે ભરવી ફરજિયાત છે. પરંતુ પ્રમુખ કોઇ કારણસર ગમે તે સમયે બેઠક બોલાવી શકશે. તાલુકા પંચાયતના ૧/૩ સભ્યોની લેખિત વિનંતીથી બેઠક બોલાવી શકશે.

(કલમ ૧૨૨)

તાલુકા પંચાયતની બેઠકનો અને સમિતિઓ માટે સભ્યોનું સ્થળ, કોરમ તથા કાર્યરીતિ નક્કી કરવામાં આવેલ પ્રમાણે રહેશે. (કલમ-૧૨૬)
તાલુકા પંચાયતના બધા નિર્ણયો બહુમતિથી લેવામાં આવશે. જયારે સરખા મત પડે તો અધ્યક્ષ પોતાનો નિર્ણાયક મત આપી શકશે. (કલમ-૧૨૭)
તાલુકા પંચાયતના કુલ સભ્ય સંખ્યાના ૨/૩ સભ્યોએ આપેલ ટેકાવાળા ઠરાવ તે પસાર થયાના ત્રણ માસમાં સુધારી શકાય છે. તેમાં ફેરફાર કરી શકાય કે રદ કરી શકાય નહીં. (કલમ ૧૨૮)

તાલુકા પંચાયત પોતાની બેઠકોમાં ચાર નિષ્ણાંતો જેવાં કે ઇજનેરી, વાણિજય કે તબીબી ક્ષેત્રના ઓછામાં ઓછા ૫ વર્ષનો અનુભવીને આમાત્રણ આપી શકશે. તેઓ આ બેઠકોમાં ભાગ લઇ શકશે પણ મત આપી શકશે નહીં. (કલમ ૧૨૯)

તાલુકા પંચાયત કાયદાની જોગવાઇઓને આધીન રહીને પોતાના ફંડને ધ્યાનમાં રાખી નીચેના ક્ષેત્રો માટે જોગવાઇ કરી શકશે. તાલુકા પંચાયત ગામોની સફાઇ તેમજ લોકોના આરોગ્ય માટે ચેપી કાબૂમાં રાખવાની વ્યવસ્થા, કુટુંબનિયોજન અંગેની વ્યવસ્થા, પીવાના સ્વચ્છ પાણીની વ્યવસ્થા તથા દવાખાના સ્થાપવા તથા તેની દેખરેખની વ્યવસ્થા કરી શકે. રોગચાળા સમયે લોકોને યોગ્ય સહાયની વ્યવસ્થા કરવી. વિવિધ આરોગ્યની બાબતો માટે લોકમત કેળવવાનો પ્રયાસ પણ કરવો જોઇએ. તેમજ તાલુકા પંચાયતના વિસ્તારો અંગે માહિતી એકત્ર કરવી. તાલુકા ફંડનો વહીવટ કરવો, જંગલ અને ગૌચરની પ્રવૃત્તિઓનો વિકાસ કરવો,

તાલુકામાં માહિતી પ્રસાર માટે રેડિયો સંભળાવવાની, પ્રદર્શનો યોજવાની અને પ્રકાશનો બહાર પાડવાની વ્યવસ્થા કરવી. આમ કલમ ૧૩૦ હેઠળ ઉપરોક્ત પ્રવૃત્તિઓ કરવી એ તાલુકા પંચાયતની ફરજ રહેશે. (કલમ ૧૩૦) તાલુકા પંચાયત, જિલ્લા પંચાયતની પૂર્વ મંજૂરી લઇ નાણાંની સગવડ હોય તો શિક્ષણ કે તબીબી સહાય સંબંધી ખર્ચ કરી શકશે. (કલમ ૧૩૧)

તાલુકા પંચાયત પોતાના વિસ્તારમાં આરોગ્ય, સલામતી સુવિધા અથવા સગવડ ઉભી કરી શકાશે. સામાજિક-સાંસ્કૃતિક કે આર્થિક કલ્યાણ માટે વ્યવસ્થા કરી શકશે. આ સિવાય પણ લોકકલ્યાણ માટે વિવિધ પ્રોજેકટનો અમલ કરી શકશે. આ તાલુકા પંચાયત અનુસૂચિત જાતિ અને અનુસૂચિત જનજાતિના કલ્યાણ માટે કાર્ય કરી શકશે તથા રાજય સરકારના આદેશ મુજબ હુકમનો અમલ ભજવણી કરી શકશે. તાલુકા પંચાયત સભ્યોની કુલ સંખ્યાના ૨/
3 સભ્યોએ ટેકો આપેલ ઠરાવના અનુસંધાને તાલુકામાં જાહેર સત્કાર, સમારંભ, મેળાવડા કે મનોરંજન યોજી શકશે. આ માટે રૂા. ૨૦૦ થી વધુ ખર્ચ કરવો હોય તો જિલ્લા પંચાયતની પૂર્વમંજૂરી લેવી પડશે. જમીન કે ખેતીને નુકશાન થતું હોય ત્યારે યોગ્ય સત્તાધિકારીને જાણ કરવાની રહેશે. ઉપરોક્ત કાર્યો માટે કોઇ વ્યક્તિને નાણાંકીય સહાય આપવી એ કાયદેસર ગણાશે.

તાલુકા પંચાયતે પોતે માંડેલા દાવા અથવા પંચાયત સામે મંડાયેલા દાવા સંબંધમાં સમાધાન કરી શકાશે. પરંતુ કરારના કારણે ઉત્પન્ન થતી પરિસ્થિતિમાં વળતર આપવા માટે જિલ્લા પંચાયતની પૂર્વ મંજૂરી લેવી

પડશે. પંચાયતના અધિકારીઓ કે નોકરોએ તાલુકા પંચાયતની સત્તા વાપરવાને કારણે નુકશાન થાય તો પોતાના ફંડમાંથી વળતર આપી શકાશે. જિલ્લા પંચાયત હસ્તક સંસ્થાનો વહીવટ જિલ્લા પંચાયત અને તાલુકા પંચાયતની સંમતિથી તાલુકા પંચાયતને એવી સંસ્થાનો વહીવટ કે કાર્ય સોંપી શકશે. (કલમ ૧૩૨)

તાલુકા પંચાયતના આવકના સાધનો :

પંચાયતની આવકના સાધનોનો સ્ત્રોત મુખ્યત્વે નીચે મુજબ છે :

કરવેરામાંથી થતી આવક.

કરવેરા :

તાલુકા પંચાયત કોઇ કર અથવા ફી નાખતા પહેલાં પંચાયત બેઠકમાં ઠરાવ પસાર કરશે. તાલુકા પંચાયત પણ ગ્રામપંચાયત લઇ શકે તેવા કર અને તે પૈકી કોઇ કર અને ફી નાખી શકશે. પરંતુ કોઇ ગામની હદની અંદર કોઇપણ બાબતમાં તાલુકા પંચાયતે લેવાના કર કે ફીના ગ્રામપંચાયતને લીધેલા કર કે ફીના દરના ૧૫% કરતા વધારે હોવા જોઇએ નહીં. સરકાર અથવા જિલ્લા પંચાયતની માલિકીના અને સાર્વજનિક હેતુ માટે જ વપરાતા હોય અને નફો કરવાના હેતુ સાકર વાપરતા ન હોય તેવા મકાન અથવા વાહન પશુ અને બીજી મિલકત પર સરકાર, જિલ્લા પંચાયતની અનુમતિ વિના ખાસ સફાઇ, ઉપકરણ કે પાણીના આકાર સિવાયનો કર લઇ શકાશે નહીં. સરકારી માલ-સામાનની થતી હેરફેર કે લશ્કર કે પોલિસ પસાર થાય તેના પર જકાત લઇ શકાશે નહી. (કલમ ૨૦૬)

જે કોઇ જમીન સંબંધમાં સ્થાનિક ઉપકર વસુલ કરવામાં આવતો હોય તેના ઉપર કોઇપણ મિલ્કત વેરો તાલુકા પંચાયત નાખી શકશે નહીં.

તાલુકા પંચાયત, ગ્રામપંચાયતની હકુમતમાંના કોઈ કોઈ વિસ્તારમાં વેરો-ફી નાખે તો ગ્રામપંચાયતે નાખેલા વેરા અથવા ફી હોય તેમ સંબંધો ધરાવતી ગ્રામપંચાયતે વસુલ કરી તાલુકા પંચાયતે જણાવ્યા સમયે અને રીતે તાલુકા પંચાયતે ભરવાનો રહેશે. રાજ્ય સરકાર સામાન્ય કે ખાસ હુકમથી નકકી કરે તેવા વેરા-ફીની વસુલાતના ૫૦ ટકાથી વધુ ન હોય તેટલી રકમ તાલુકા ફંડનો ભાગ બનશે નહીં, તેમ નકકી કરી શકે પણ તે રકમ તાલુકા પંચાયત, ગ્રામપંચાયતને સોંપી શકશે.

જો કોઈ પંચાયત વેરા-ફીની સંબંધમાં લેણી થતી રકમ ભરવામાં કસુર કરે તો તાલુકા પંચાયત આ પંચાયતનાં નાણાં જ્યાં અનામત હોય બેંક/તિજોરી ત્યાંથી તે નાણામાંથી વખતો-વખત આવી રકમ ભરવાનો હુકમ કરી શકશે. (વ્યક્તિના કિસ્સામાં પણ વ્યક્તિ ભરવા માટે બંધાયેલી રહેશે.) સ્થાવર મિલ્કતના વેચાણ, ગીરો, પટા અને બીજા કોઈપણ જાતના સ્વત્વામાર્ગને લગતા લેખે પર નિયમાનુસાર સ્ટેમ્પ ડ્યુટીના દરના ૧૫ ટકાની મર્યાદામાં રાજ્ય સરકારની પરવાનગીથી તાલુકા પંચાયત વધારો કરી શકે. રાજ્ય સરકાર રાજ્યપત્રમાં જાહેર કરે ત્યારથી સ્ટેમ્પ ડ્યૂટીને વધારેલો દર અમલી બને.

તાલુકા પંચાયતની હકુમતમાં આવેલ મિલ્કત અને તાલુકા પંચાયતની હકુમતમાં આવેલી ન હોય તેવી મિલ્કત માટે સ્ટેમ્પ ડ્યુટીના દર અંગે જુદા જુદા દર અને વિગતો જણાવવામાં આવ્યા છે. રાજ્ય સરકાર દર વર્ષે તાલુકા પંચાયતને રાજ્યના એકત્રિત ફંડમાંથી તાલુકા પંચાયતની હકુમતમાં આવેલી મિલ્કતોના સંબંધમાં વસુલ કરેલ વધારાની ડ્યૂટી જેટલી સહાયક ગ્રાન્ટ આપશે. (કલમ ૨૦૭)

૩. જિલ્લા પંચાયત :

લોકશાહી વિકેન્દ્રીકરણનાં માળખામાં જિલ્લા પંચાયત ટોચની અને ત્રીજા સ્તરની છે. તે સૌથી વધુ શક્તિશાળી સંસ્થા છે. ભારતનાં જુદા જુદા રાજયોમાં પંચાયતીરાજનું આ સ્તર રચવામાં આવ્યું છે. જિલ્લાના મતદારો દ્વારા આ સંસ્થાના સભ્યો પ્રત્યક્ષ ચૂંટણીથી ચૂંટવામાં આવે છે.

જિલ્લા પંચાયતમાં સરેરાશ ૫૦ સભ્યો હોય છે. જિલ્લા પંચાયતની સીધી ચૂંટણીમાં સ્ત્રીઓ માટે બે બેઠકો, જિલ્લાની અનુસૂચિત જાતિઓની વસ્તીના ધોરણે રાજય સરકાર નિયત કરે તે મુજબ અનુસૂચિત જાતિઓ માટે એક કે વધુ બેઠકો અને જિલ્લામાં અનુસૂચિત આદિજાતિઓની વસ્તી કુલ વસ્તીના ૫% થી ઓછી હોય ત્યારે આવી આદિજાતિઓનાં ગુણોત્તરને આધારે રાજય સરકાર નિયત કરે તેટલી સંખ્યામાં અનુસૂચિત આદિજાતિઓ માટે બેઠકો અનામત રાખવામાં આવે છે. જિલ્લા પંચાયતના હોદ્દાની રૂએ સભ્યો અને ચૂંટાયેલા સભ્યો તેમનામાંથી પોતાના પ્રમુખ અને ઉપપ્રમુખ ચૂંટી કાઢે છે. (કલમ ૧૧(૩)) જિલ્લા પંચાયતની બેઠક દર ત્રણ માસે મળવી જોઇએ. (કલમ ૧૪૪) જિલ્લા પંચાયત કે કોઈપણ સમિતિ બધા પ્રશ્નોનો નિર્ણય બહુમતીથી કરશે. સરખા મત પડે ત્યારે પ્રમુખનો મત નિર્ણાયક ગણાશે. ૨/૩ બહુમતીથી પસાર થયેલ ઠરાવમાં ત્રણ માસની અંદર ફેરફાર કે રદ કરવાનો નિર્ણય લઇ શકાશે નહી. (કલમ ૧૫૨) જિલ્લા પંચાયતની મુદત પાંચ વર્ષની રાખવામાં આવી છે. વિસર્જીત થયેલ જિલ્લા પંચાયત માટે જો મુદ્દતના છ માસથી ઓછો સમય રહ્યો હોય તો ફરી ચૂંટણી કરવામાં આવશે નહીં. (કલમ ૧૩)

જિલ્લા પંચાયતનાં પ્રમુખ અને ઉપપ્રમુખના કાર્યો :

* પ્રમુખ પંચાયતની બેઠક બોલાવી શકે. બેઠકનું સંચાલન કરવું અને અધ્યક્ષ સ્થાન લેવું.

* પ્રમુખને જિલ્લા પંચાયતનાં બધા કાર્યો કરવા માટે બધી સત્તા પ્રાપ્ત થયેલી હોય છે.

* પ્રમુખ પંચાયતના દફતરો તપાસી શકશે.

* પંચાયતનાં આર્થિક અને કારોબારી વહીવટ ઉપર દેખરેખ રાખવાની પંચાયત પ્રમુખની ફરજ રહેશે.

* પંચાયત પ્રમુખ પંચાયતમાં લીધેલા નિર્ણયોનો અમલ કરાવવા માટે જિલ્લા અધિકારી પર વહીવટી દેખરેખ રાખશે.

* જિલ્લા પંચાયત પ્રમુખ તાકીદનાં પ્રસંગે કોઈ કામ કરવા માટે કે મોકૂફ કે બંધ કરવા માટે નિર્ણય લઈ શકે અને તે માટે જિલ્લા ફંડમાંથી તે અંગેનો ખર્ચ આપવો તેવો આદેશ આપી શકે. પરંતુ પછી તેણે તેના કારણો જણાવવા પડશે.

* ઉપપ્રમુખ, પ્રમુખની ગેરહાજરીમાં પંચાયતની બેઠકોનું અધ્યક્ષ સ્થાન લેશે. પ્રમુખની બધી જ સત્તા વાપરશે અને કાર્યો કરશે તથા ફરજો બજાવશે.

* રાજ્ય વખતો વખત જે સત્તા અને ફરજો લેખિત હુકમથી સોંપે તે સત્તા તેણે વાપરવી જોઈએ તે ફરજો બજાવવી જોઈએ.

આવકનાં સ્ત્રોતો :

જિલ્લા પંચાયતનાં આવકનાં મૂળ સ્ત્રોતોમાં જમીન મહેસુલ, જમીન મહેસુલ ઉપર સ્ટેમ્પ ડ્યુટીનો વધારો, જંગલ ઉપજની ગ્રાન્ટ, સરકારી સહાય રહેલાં છે.

દરેક જિલ્લા પંચાયતમાં જિલ્લા વિકાસ અધિકારી, જિલ્લા પંચાયતનું મંત્રીપદ હોદ્દાની રૂએ ધરાવે છે. જેમણે જિલ્લા પંચાયતના કાર્યો સંભાળવાના રહે છે.

ગુજરાતમાં જિલ્લા પંચાયતને જે સત્તાઓ મળી છે તેના કારણે જિલ્લા પંચાયતો ઉંચી માત્રામાં કાર્ય દેખાવ કરવા સમર્થ બનેલ છે. જિલ્લા પંચાયતો નિરીક્ષણ તેમજ કારોબારી સંબંધી સત્તા ધરાવે છે.

જિલ્લા પંચાયતની વિવિધ સમિતિઓ :

૧. કારોબારી સમિતિ : જેમાં નાણાં, ગૃહ રક્ષકો અને સુરક્ષાને લગતાં કાર્યો બજાવવામાં આવે છે.

૨. સામાજિક ન્યાય સમિતિ : જે અનુસૂચિત જાતિ, જનજાતિ તથા નબળા વર્ગના લોકોને ન્યાય મળે તે અંગેની કાર્યવાહી કરશે. ઉપરાંત લોકાર્પણ થયેલ કૂવા, તળાવો, સ્નાનઘાટો, માર્ગો, વાહનવ્યવહાર, વિશ્રામ સ્થાનોના ઉપયોગ સંબંધી વ્યવસ્થા સંભાળશે.

૩. શિક્ષણ સમિતિ : જે શિક્ષણને લગતા કાર્યો અને ફરજો બજાવવા અને પંચાયત સોંપે તેવી બીજી સાહિત્યીક સાંસ્કૃતિક પ્રવૃત્તિઓ ચલાવશે.

૪. જાહેર આરોગ્ય સમિતિ : આ સમિતિ જિલ્લાનાં જાહેર આરોગ્ય અંગે સુવિધાઓ પૂરી પાડશે. હોસ્પિટલો તથા આરોગ્ય કેન્દ્રોનો વહીવટ કરશે.

૫. જાહેર બાંધકામ સમિતિ : આ સમિતિ જિલ્લામાં થનાર મકાનો, ગ્રામ્ય ગૃહ નિર્માણ તથા કુદરતી આફતો સામે રાહતને લગતા કાર્યો અંગેનો સમગ્ર વહીવટ કરશે.

૬. અપીલ સમિતિ : આ સમિતિની તાબા નીચેની ગ્રામ પંચાયતો તાલુકા પંચાયતોમાં નારાજ થયેલાં ગમે તે પક્ષને યોગ્ય ન્યાય આપી શકશે.

૭. વીસ મુદા અમલકરણ અને તેની સમીક્ષા સમિતિ : જિલ્લામાં વીસ મુદાના કાર્યક્રમનાં અમલ અને તેની સમીક્ષા સમિતિ કરશે. જિલ્લા પંચાયત રાજય સરકારની પૂર્વ મંજૂરીથી જિલ્લા પંચાયતો નકકી કરેલ કોઈ કાર્યો અથવા યોજનાનો અમલ કરવા માટે અથવા જિલ્લા પંચાયતને રિપોર્ટ કરવાનો રહેશે.

અન્ય જોગવાઈઓ :

૧. પંચાયત વિવિધ સમિતિઓમાં પંચાયતના સભ્યો તથા જિલ્લાનાં લાયકાત ધરાવતાં મતદારોને આ સમિતિમાં નિમી શકશે.

૨. પંચાયત સિવાયનાં સભ્યો જે વિવિધ સમિતિઓમાં જેમનો સમાવેશ થયો હોય તેઓ સમિતિની બેઠકની કાર્યવાહીમાં બોલાવાની અથવા અન્યથા ભાગ લેવાનો હકક રહેશે પણ તેઓ મત આપી શકશે નહીં.

૩. દરેક સમિતિનાં સભ્યો સમિતિનાં અધ્યક્ષને ચૂંટશે જો આ સમિતિમાં પ્રમુખ અને ઉપપ્રમુખ આવી સમિતિની સભ્ય હોય ત્યારે હોદ્દાની રૂએ પ્રમુખ અધ્યક્ષ બનશે. જો તે હોદ્દા ધરાવવાની ના પાડે તો બીજા કોઈ અધ્યક્ષ બની શકશે.

૪. જિલ્લા વિકાસ અધિકારી એ પંચાયત અધિનિયમમાં જણાવેલ બાબતો સંબંધી ફરજો કાર્યો બજાવવાનાં રહે છે.

પંચાયતની પ્રત્યેક પ્રવૃત્તિ પર દેખરેખ અને નિયંત્રણ રાખવાનું પગલાં ભરવાનાં રહે છે. જિલ્લા પંચાયત અને સમિતિની બેઠક અંગેનાં કાગળ દસ્તાવેજોને પોતાની કસ્ટડીમાં રાખવાનાં રહે છે. વિકાસ અધિકારીને જિલ્લા પંચાયત ફંડમાંથી નાણાં ઉપાડવા અને ખર્ચ કરવાનો અધિકાર પ્રાપ્ત થયેલો છે. વિકાસ અધિકારી, કારોબારી વહીવટી અને હિસાબી તેમજ દફતર

સંબંધી દેખરેખ અને નિયંત્રણ રાખવાનો અધિકાર ધરાવે છે તેમજ પ્રાથમિક શિક્ષણ અંગેના કાર્યો કરવાના રહે છે. વિકાસ અધિકારી જિલ્લા પંચાયતનાં સામાન્ય નિયંત્રણ નીચે રહેશે. (કલમ ૧૬૨) જિલ્લા પંચાયતે વિકાસ યોજનાઓ તેમજ સામાજિક ન્યાય સંબંધી કાર્યો કે જે રાજય સરકાર દ્વારા સોંપાયેલ છે તે કરવાના છે.

આમ પંચાયતીરાજનાં આ ત્રિસ્તરીય માળખા દ્વારા ગ્રામપંચાયત અને તેમાં હોદ્દેદારો તથા સામાન્ય સભ્ય તરીકે કામગીરી, તેને મળેલા અધિકારો, ફરજો નકકી થયેલાં છે. જેનાં સંદર્ભમાં જ મહિલા હોદ્દેદારો અને સામાન્ય સભ્યની ભૂમિકાનું મૂલ્યાંકન કરવાનું રહે છે.

૪. મહિલા અનામત :

પરંપરાગત ભારતીય સમાજમાં મહિલાઓનું સ્થાન ઘરની ચાર દીવાલ પૂરતું સીમિત હતું. તેમાં મહિલાઓની કોઇ રાજકીય કે જાહેરજીવનનો અધિકાર ન હતો. બ્રિટીશ અમલ દરમ્યાન સુધારણા અને સ્વાતંત્ર્ય ચળવળની પ્રક્રિયાથી સ્ત્રી ઘરની બહાર નીકળવા લાગી અને રાજકીય કે જાહેરજીવનનાં અધિકારની પ્રાપ્તિની પ્રક્રિયા વિકસવા લાગી તેમજ મહિલાઓએ રાજકીય અને જાહેરજીવનમાં પ્રવેશ કર્યા. ભારતના રાષ્ટ્રીય સ્વાતંત્ર્ય સંગ્રામમાં મહિલાઓની ભૂમિકા અદ્વિતીય રહી છે તેમજ સ્વતંત્ર ભારતના બંધારણના આર્ટિકલ ૧૫ મુજબ લિંગના પાયા પરના ભેદભાવ ઉપર પ્રતિબંધ મુકયા છે. સ્વતંત્ર ભારતનું બંધારણ સ્ત્રી-પુરુષ બંને સમાન રીતે પુખ્તવય મતાધિકાર આપે છે. તદ્‌ઉપરાંત મહિલાઓને ગ્રામપંચાયતથી માંડીને લોકસભા સુધીની તમામ ક્ષેત્રોની ચૂંટણીમાં મતદાન અને ઉમેદવારી કરવાનો તથા પ્રજાના પતિનિધિ તરીકે ચૂંટાઇ આવવાનો અધિકાર આપે છે. આમ સૈદ્ધાંતિક રીતે

રાજકીય દરજ્જાની બાબતમાં સ્ત્રી-પુરુષ બંનેને સમાન બંધારણીય અધિકાર ઉપલબ્ધ થયો છે, પરંતુ મહિલાઓની રાજકીય ભાગીદારી અને પંચાયતમાં તેમના નેતૃત્વની વાસ્તવિક સ્થિતિનું ચિત્ર કઇક જુદું છે. આથી મહિલાઓની રાજકારણ અને પંચાયતમાં સહભાગિતા વર્તમાન સમયમાં એક મહત્વની સામાજિક ઘટના છે. જેની ચર્ચા પ્રવર્તમાન સમયમાં સમાજવિજ્ઞાનોમાં અનિવાર્ય છે. આથી મહિલાઓના રાજકીય સહભાગીપણાંને સમજવા માટે એક તો મતદાર તરીકે તથા ચૂંટણીમાં ઉમેદવાર તરીકે મહિલાઓની ભાગીદારી અને બીજું કે પંચાયતમાં મહિલાઓની ભાગીદારીને સમજવી જરૂરી છે.

૫. મતદાર તરીકે મહિલાઓની ભાગીદારી :

રાજકીય ભાગીદારી મેળવવા માટે મતદાન એ સૌથી મહત્વનું માધ્યમ છે. બંધારણમાં મતદાન માટેની વય ૨૧ વર્ષની હતી પરંતુ ૧૯૮૯ નાં બંધારણીય સુધારામાં ૧૮ વર્ષની કરવામા આવી. મહિલાઓને મતાધિકાર ઇંગ્લેન્ડમાં ૧૮૧૮ માં મળ્યો અને અમેરિકામાં ૧૮૨૦ માં. જયારે ભારતમાં ૧૯૧૭માં સરોજીની નાયડુના અધ્યક્ષપણા હેઠળ સ્ત્રી મતાધિકારની માંગણી માટેનું મંડળ રચાયું અને તેમાં મહિલા સંસ્થાઓએ અગત્યનો ભાગ ભજવ્યો હતો. ભારતમાં મહિલા મતાધિકારની માંગણી ઉઠી હોવા છતાં સાઉથ બ્યુરો સમિતિએ જણાવેલ છે કે જે સમાજમાં પરદાપ્રથા હોય અને મહિલા શિક્ષણ સામે પ્રતિબંધ હોય ત્યાં મહિલા મતાધિકાર સમય પહેલાનું પગલું ગણાશે. મદ્રાસ અને મુંબઇએ ૧૯૨૧માં સૌ પ્રથમ મહિલાઓને મતાધિકાર આપ્યો હતો. સંયુકત પ્રાંતે ૧૯૨૩માં પંજાબમાં અને બંગાળમાં ૧૯૨૬માં આસામ મધ્યપ્રાંત બિહાર અને ઓરિસ્સા ૧૯૩૦ માં પ્રાંતીય

ધારાસભાએ મતાધિકાર અંગેની સમાનતા કેટલીક શરતોને આધારે સ્વીકારી. જેમાં મિલ્કત ધરાવવી, કર આપવાની અને શિક્ષણ ધરાવવાની યોગ્યતા ઉપર ભાર મુકાયો. મતાધિકારની પાત્રતા ધરાવતી મહિલાઓની સંખ્યા ઘણી ઓછી હતી. કુલ મતદારોમાં મહિલાઓની સંખ્યા મદ્રાસમાં ૮.૪૬%, મુંબઈમાં ૫.૩%, સંયુકત પ્રાંત અને બંગાળમાં ૩% અને પંજાબમાં ફકત ૨.૫% જ હતી. મુથ્થુલક્ષ્મી રેડ્ડી ૧૯૨૭માં મદ્રાસમાં લેજીસ્લેટીવ કાઉન્સિલમાં પ્રથમ સ્ત્રી ધારાસભ્ય તરીકે નિમાયા. ધીમે ધીમે ૧૯૩૩ માં સરકારનો શ્વેતપત્ર - ૧૯૩૫ નો કાયદો વગેરે અને સ્ત્રી સંસ્થાઓના પ્રયત્નો દ્વારા સ્ત્રી મતદારોની સંખ્યા વધી. સ્વતંત્રતા બાદ સ્ત્રી-પુરુષો માટે મતદાનની શરતો સમાન છે. સ્વતંત્રતા બાદ સ્ત્રી પુરુષના મતદાનના ટકા દ્વારા મહિલાઓની રાજકીય ભાગીદારીને સમજી શકાશે. આ સંદર્ભમાં મતદાનમાં મહિલાની ભાગીદારીને વચ્ચે ઘણો તફાવત હતો, પરંતુ ધીમે ધીમે આ તફાવત ઓછો થતો ગયો છે અને સ્ત્રી મતદારોની સંખ્યા પણ નોંધપાત્ર થઇ છે. પરંતુ પુરુષોની સરખામણીમાં સ્ત્રીઓનું મતદાન ઓછું જોવા મળે છે. આમ થતાં એકંદરે સ્ત્રી મતદાનમાં થયેલો વધારો, સ્ત્રીઓમાં વધતી જતી રાજકીય સભાનતાનો અને મતદાન પ્રત્યેના અધિકારની જાગૃતિનો નિર્દેશ કરે છે. ૧૯૯૨ માં પુરુષ મતદાન (૫૨.૨૬%) હતું અને સ્ત્રી મતદાન (૪૭.૭૪%) હતું તથા વર્ષ ૧૯૯૫ માં ૫૧.૪૮% પુરુષ મતદાન અને ૪૮.૭૧% સ્ત્રી મતદાન હતું. તેમજ વર્ષ ૨૦૦૭ ની વિધાનસભાની ચૂંટણીમાં ૬૨.૩૧% પુરુષ મતદાન જયારે ૫૭.૦૨% સ્ત્રી મતદાન હતું, જયારે ૨૦૧૨ ની ચૂંટણીમાં ૭૨.૯૪% પુરુષ મતદાન હતુ તથા ૬૯.૫૦% સ્ત્રી મતદાન હતું. આમ છતાં એકંદરે સ્ત્રી મતદાનમાં થયેલો

વધારો એ સ્ત્રીઓમાં વધતી જતી રાજકીય સભાનતાનો અને મતદાન પ્રત્યેના અધિકારોની જાગૃતિનો નિર્દેશ કરે છે.

આમ લોકસભામાં પુરુષોના પ્રમાણમાં મહિલાઓની ભાગીદારી ઘણી જ ઓછી જોવા મળે છે, છતાં પણ ક્રમશઃ તેની સંખ્યામાં વધારો થતો જણાય છે. લોકસભામાં અને સુષ્મા સ્વરાજ, સોનિયા ગાંધી, માયાવતી જેવી મહિલાઓની લોકસભામાં કારકિર્દી સફળ રહી છે.

આમ રાજયસભામાં પણ પુરુષોના પ્રમાણમાં મહિલાઓની ભાગીદારી ઘણી જ ઓછી જોવા મળે છે. વર્ષ ૧૯૫૨ માં ૧૬ મહિલા સભ્યો હતી, જયારે ૧૯૮૫ માં ૨૮ મહિલા સભ્યોની સંખ્યા હતી. અને ૨૦૦૨ માં ૨૪ મહિલા સભ્યોની સંખ્યા થઇ જે ૨૦૦૯ સુધી ૨૬ મહિલા સભ્યોની સંખ્યા થઇ હતી. આમ છતાં ક્રમશઃ તેની સંખ્યામાં વધારો થતો જણાય છે.

રાજયસભામાં હમીદ અન્સારી તેના અધ્યક્ષ તરીકે પોતાનું સામર્થ્ય દર્શાવ્યું છે. જે નોંધપાત્ર બાબત છે.

૬. પંચાયત અને મહિલાઓ :

૨૩,૫૦૦ પંચાયતો ધરાવતા મધ્યપ્રદેશમાં ચાર જિલ્લાની પિરગઢા પંચાયત દેશની પ્રથમ મહિલા પંચાયત છે. રતલામથી ૪૦ કિ.મી. દૂર આવેલી ત્રણ ગામની આ જૂથ પંચાયતમાં

૧૪ મહિલાઓ બિનહરીફ ચુંટાઇ છે. મુખ્યત્વે રાજપૂતોની વસ્તી ધરાવતા આ ગામની મહિલા પંચાયતના સરપંચ તરીકે ભૂતપૂર્વ સરપંચના પત્ની સુરેન્દ્રકુંવર લાલસિંહ પવાર ચુંટાયા છે. ૧૯૬૯ ના ગાંધી શતાબ્દી વર્ષમાં આ ગામના સરપંચ પદે એક દલિત ચુંટાયા હતા. આ મહિલા પંચાયતમાં પણ દલિત આદિવાસી અને પછાત વર્ગની પાંચ મહિલાઓ છે. દેશની

આ પ્રથમ મહિલા પંચાયત છે.

મહારાષ્ટ્રના પુણે જિલ્લાના ટેકરિયાળ ભોર તાલુકાના બ્રાહ્મણગઢ ગામમાં પણ મહિલા પંચાયત બની છે. સાત મહિલા સભ્યોની આ પંચાયત બનતા મહારાષ્ટ્રમાં આવી ૧૦મી ગ્રામપંચાયત બની છે. જયાં સંપૂર્ણ સત્તા સ્ત્રીઓના હાથમાં હોય છે. ૬૧૫ લોકોની વસ્તી ધરાવતા આ ગામની મહિલા પંચાયતના સભ્યો ઝાઝું ભણેલા નથી વધુમાં વધુ સાત ધોરણ સુધી જ ભણેલી સભ્ય છે. કર્ણાટકમાં શ્રી રામકૃષ્ણ હેગડેએ પંચાયતીરાજના કાયદાઓમાં પ્રગતિશીલ સુધારાઓ કર્યા હતા. ૨૫% મહિલા અનામતની નીતિને કારણે ૧૯૮૭ માં કર્ણાટકમાં ૧૪,૦૦૦ ની પસંદગી પુરુષોએ જ કરેલી પણ પછીથી આ સ્ત્રીઓ વધુ સક્ષમ અને સક્રિય બની હતી. જો કે ડિસેમ્બર-૯૩ માં થયેલી ચૂંટણીઓના પરિણામો આંચકો આપનારા છે. ૧૯૯૨ માં કર્ણાટક સરકારે નબળા વર્ગો અને દલિતો માટે ખાસ અલગ બેઠકો ફાળવતો કાયદો બનાવ્યો હતો.

દેશભરમાં પંચાયતીરાજનો આરંભ કરનાર રાજય રાજસ્થાનમાં પણ મહિલાઓનું પંચાયતીરાજમાં પ્રતિનિધિત્વ નહિવત છે. સ્વામી નાથન નામના અગ્રણી મહિલા કાર્યકર જણાવે છે કે ગ્રામીણ મહિલાઓને રાજકીય સત્તા સોંપવાનું પગલું પ્રગતિશીલ જણાય છે, પરંતુ સ્થાનિક-શાસનમાં ભાગ લેવા માટેની વ્યવસ્થા હકીકતમાં તો એથી ઉલટો જ અનુભવ કરાવી ગઈ છે. ૧૯૮૪માં આદિવાસીઓ અને મધ્યમ કક્ષાના ખેડૂતોના બનેલા સંગઠનો જેમાં રાજસ્થાન કિસાન સંગઠને પંચાયતોની ચુંટણીઓમાં એક તાલુકામાં ૧૦ જેટલી મહિલાઓને ચુંટી હતી. આ બધી જ મહિલા સભ્યો નાના આદિવાસી કિસાન કુટુંબોમાંથી આવતી હોઈ તેઓ ગરીબ

આદિવાસીઓની હાલત સુધારશે એવી આશા હતી. પરંતુ આ મહિલા સભ્યોને અમલદારશાહીએ બહુ ફાવવા ન દીધી. ઘણી મહિલા સભ્યો ચાલુ વ્યવસ્થાનો શિકાર બની ભ્રષ્ટ વિકાસતંત્ર અને સ્થાનીય શાસનના તેમને ભાગ બની જવું પડયું હતું જે હકીકત છે.

ગુજરાતમાં વર્ષો અગાઉ ખેડા જિલ્લાના એક ગામમાં સંપૂર્ણ ગ્રામપંચાયત મહિલાઓની હોવાનું રાજયશાસ્ત્રી શ્રી નગીનદાસ સંઘવી નોંધે છે તો પંચાયતી રાજના અભ્યાસી શ્રી હીરાલાલ શાહના જણાવ્યા પ્રમાણે પંદર વરસ પહેલા આણંદ તાલુકાપંચાયતમાં પ્રમુખ તરીકે મણિબેન પટેલ અને કપડવંજ તાલુકાપંચાયતના પ્રમુખ તરીકે કાન્તાબેન ત્રિવેદી ચુંટાયેલા અને તેમણે વ્યવસ્થિત વહીવટ કરી બતાવ્યો હતો. ભાવનગર જિલ્લાના તળાજા તાલુકાના નાનકડાં ભુંગળ ગામના ૬૫ વર્ષના બાઈલા બહેન ગઢવી ૩૭ વર્ષથી સરપંચ પદે ચુંટાઇ આવે છે. ભાવનગર મહુવા રોડ પર આવેલ પાંચસો લોકોની વસ્તી ધરાવતા આ ગામમાં મુખ્યત્વે ચારણો વસે છે. આજીવન અપરણિત એવા બાઈલાબહેન ગઢવી ૧૯૫૫ થી એટલે કે ગામમાં પંચાયતીરાજનો આરંભ થયો ત્યારથી જ સરપંચ છે.

૧૯૯૩ માં પસાર થયેલ 'ગુજરાત પંચાયત અધિનિયમ' અન્વયે પંચાયતોમાં સ્ત્રીઓ માટે ૩૩% બેઠકો અનામત રાખવામાં આવી છે. આ અનામત બેઠકો માત્ર સભ્યપદ માટે જ નહી અધ્યક્ષપદ માટે તેમજ ગ્રામપંચાયતમાં સરપંચ પદ માટે પણ રાખવામાં આવી છે.

નવા સુધારાના કારણે ભારતના જુદાં જુદાં રાજયોમાં ગ્રામ, તાલુકા અને જિલ્લા પંચાયતમાં મહિલાઓના પ્રતિનિધિત્વના નીચેના કોષ્ટક પરથી ખ્યાલ આવશે.

૭૩માં બંધારણીય સુધારાના કારણે સ્થાનિક પંચાયતોમાં ૩૩% મહિલા અનામતના પરિણામે હાલમાં ખાસ કરીને ભારત દેશના જુદા જુદા રાજ્યોમાં તથા ગુજરાત રાજ્યમાં ગ્રામ, તાલુકા અને જિલ્લા પંચાયતમાં મહિલા પ્રતિનિધિત્વના પ્રમાણનો હાલમાં ગુજરાત રાજ્યમાં ગ્રામપંચાયત અને જિલ્લા પંચાયતમાં મહિલાઓની સહભાગિતાનું પ્રમાણ ધ્યાનપાત્ર છે. એમાં પણ ખાસ ગ્રામપંચાયતમાં સરપંચપદ પર મહિલાઓનું પ્રમાણ પણ નોંધપાત્ર છે. જે ૭૩માં બંધારણીય સુધારામાં ૩૩% મહિલા અનામતનું પરિણામ છે. અલબત્ત સૈદ્ધાંતિક રીતે રાજકીય દરજ્જામાં સ્ત્રી-પુરુષ બંને સમાન બંધારણીય અધિકાર ઉપલબ્ધ થયા છે. પરંતુ વાસ્તવમાં પરંપરાગત ગ્રામીણ સમુદાયમાં મહિલાઓમાંથી સભ્યપદ તરીકેની આ પ્રક્રિયામાં કોણ પ્રવેશે છે ?

સભ્યપદની ભૂમિકા અને તે અંગેની સમગ્ર કામગીરી આ મહિલાઓ કેવી રીતે કરે છે ? તથા તેના ઉકેલ માટે શું કરી શકાય ? મહિલા સભ્યપદ સમક્ષ ઉપસ્થિતિ સમસ્યાઓ વગેરેને સમાજશાસ્ત્રીય પરિપ્રેક્ષ્યમાં સમજવા માટે ''તાલુકા પંચાયતમાં સભ્યોની કામગીરી અને સમસ્યાઓ એક સમાજશાસ્ત્રીય અભ્યાસ'' વિષય પર પ્રસ્તુત સંશોધન કરવામાં આવ્યું હતું.

૭. સમાપન :

પ્રસ્તુત પ્રકરણમાં પંચાયતીરાજના ઉદ્‍ભવ વિકાસની વિશદ્‍ છણાવટ કરવાનો પ્રયાસ કર્યો છે. તેમાં ખાસ કરીને પંચાયતી રાજનું વહીવટી માળખું, લોકસભા, રાજ્યસભા, વિધાનસભા અને પંચાયતના વિવિધ સ્તરોમાં મહિલાઓની ભાગીદારીનું આંકડાકીય ચિત્ર આપવાનો પ્રયાસ

કર્યો છે. પ્રસ્તુત પૃષ્ઠભૂમિકા આગળના પ્રકરણને સમજવામાં મદદરૂપ થશે.

૮. ગુજરાતમાં સરપંચો પર થયેલા જુદા જુદા અભ્યાસો :

નિરૂપમા વ્યાસ (૧૯૯૨) : 'ગ્રામપંચાયતોમાં અનામત બેઠકોના ઉમેદવારોનું સહભાગીપણું' એક અભ્યાસ, જે અમદાવાદ સીટી તાલુકા પંચાયતના તાબા હેઠળની ગ્રામપંચાયતોના ઉમેદવારો જેમાં, ૧૬ મહિલા, ૯ અનુસૂચિત જાતિના અને ૩ અનુસૂચિત જનજાતિના પુરુષ ઉમેદવારોને પસંદ કરવામાં આવ્યા હતા. પ્રસ્તુત અભ્યાસનાં મુખ્ય અવલોકનો જેમાં, (૧) ૫૦% મહિલાઓ એક

સ્વતંત્ર ઘટક તરીકે ભૂમિકા ભજવવાને બદલે પુરુષ પ્રભાવિત માળખામાં અંગૂઠા છાપ ભૂમિકા ભજવતી જણાઈ હતી. (૨) ઉચ્ચ શિક્ષણ પ્રાપ્ત કરેલ અનુસૂચિત જાતિના પુરૂષ ઉમેદવારો સક્રિય રીતે પોતાની ભૂમિકા ભજવતા હતા. (૩) નિરક્ષર ઉમેદવારો કરતા શિક્ષિત ઉમેદવારો તથા આત્મ સ્ફૂરણાથી ઉભા રહેલા અને રસ ધરાવતા ઉમેદવારો વધુ સક્રિય રીતે કાર્ય કરતા જણાયા હતા અને (૪) મહિલાઓને સ્વતંત્ર કામગીરી કરવામાં આર્થિક સદ્ધરતા, શિક્ષણ અને કુટુંબનો સહકાર જેવા અગત્યનાં પરિબળો જવાબદાર જણાયા હતા.

શ્રી દેવેન્દ્રનાથ કે. પટેલ :

શ્રી દેવેન્દ્રનાથ કે. પટેલ, ''પંચાયતીરાજમાં રાજકીય પક્ષોની ભાગીદારી'', યોજના, મે-૨૦૦૨. પ્રસ્તુત લેખમાં ગુજરાતનો ઈતિહાસ, ગુજરાતના વિકાસની રૂપરેખા આઝાદી બાદ વિકાસના સંદર્ભમાં થયેલ પંચવર્ષીય યોજનાઓ, તેના પરિણામ અને પંચાયતીરાજ તેના આરોહ અવરોહની વિસ્તૃત છણાવટ કરવામાં આવી છે. ગુજરાતના સમગ્ર જિલ્લાઓમાં

પંચાયતી રાજક્ષેત્રે થયેલ મતદાનની સંપૂર્ણ માહિતી દ્વારા રાજકીય ક્ષેત્રે લોકોની સજાગતા કેટલી છે, તે દર્શાવાયું છે. તેમજ રાજકીય પક્ષોની તેમાં કેટલી ભૂમિકા રહી છે તેનું ઊંડાણભર્યું વિશ્લેષણ રજૂ થયું છે. આમ લોકશાહી શાસન પ્રણાલિમાં લોકો જ સર્વોપરી છે તે દર્શાવાયું છે.

ગજેન્દ્રપ્રસાદ શુકલ (૧૯૯૫) :

'ગુજરાતમાં પંચાયતીરાજ, ભારતીય જનતાપક્ષ અને સ્ત્રીઓની ભાગીદારી' વિષય પરનો અભ્યાસ કર્યો હતો. જેમાં વલસાડ જિલ્લા પંચાયત અને નવસારી જિલ્લા પંચાયતમાં વિવિધ હોદ્દાઓની ફાળવણી થઇ હતી અને પ્રતિનિધિત્વ અપાયું હતું. તેને અભ્યાસ ક્ષેત્રમાં સમાવવાની સાથે ગ્રામપંચાયતો કે જેના સરપંચો ભાજપના સભ્યો છે તેમનો પણ પ્રસ્તુત અભ્યાસમાં સમાવેશ કર્યો હતો. પ્રસ્તુત અભ્યાસની મહત્વની બાબતો જેમાં, (૧) જે સ્ત્રીઓ રાજકારણમાં સક્રિય રસ ધરાવતી હતી તેમને કૌટુંબિક વાતાવરણ અને પતિ-સસરા કે પિતૃપક્ષમાંથી પ્રેરણા-પ્રોત્સાહન મળતાં જણાયાં હતા. (૨) ૨૦ થી ૪૦ વર્ષ સુધીના વયજૂથના યુવાન સ્ત્રી નેતાઓ વધુ ચૂંટાયેલા જોવા મળ્યા હતા. (૩) સ્ત્રી નેતાઓની ભાજપની સક્રિયતા પણ નિમ્ન અથવા મધ્યમ કક્ષાની વિશેષ જણાઇ હતી. સ્ત્રીઓના પતિ મોટાભાગની મિટિંગોમાં તથા કાર્યક્રમોમાં સામેલ થતા જણાયા હતા.

રેખા મહેતા (૧૯૯૮) :

'આદિવાસી મહિલાઓમાં ઊભરતું નવું નેતૃત્વ' એક અભ્યાસ કર્યો હતો. જે વલસાડ જિલ્લાના ધરમપુર તાલુકાની ગ્રામપંચાયતોમાંથી ૮ મહિલા સરપંચો અને વાસદા તાલુકાની ગ્રામપંચાયતોમાંથી ૧૨ મહિલા સરપંચો પ્રસ્તુત અભ્યાસ માટે પસંદ કરી હતી. આ અભ્યાસનાં મુખ્ય તારણો આ મુજબ

હતાં. જેમાં (૧) મોટાભાગની મહિલા સરપંચોની વય ૧૮ થી ૩૫ વર્ષની હતી. (૨) બહુમતી મહિલા સરપંચોમાં રાજકીય ભાગીદારી અને જાહેરજીવનની બાબતમાં ઉત્સાહ અને રસ ઓછો જણાયો હતો. (૩) એકાદ બે મહિલા સરપંચો સિવાયની સરપંચોના વહીવટ તેના પતિ, સસરા અને દિયર ચલાવતા હતા. જે મહિલાઓ વહીવટ કરતી હતી તે કુશળતાથી અને આયોજનપૂર્વક અમુક રકમ બચાવી વિકાસના કાર્યોમાં વાપરતી હતી. (૪) મહિલા સરપંચોને સ્વતંત્ર કામગીરી કરવામાં આર્થિક સદ્ધરતા, કુટુંબનો સાથ સહકાર અને શિક્ષણ જેવા પરિબળો અવરોધક જણાયા હતા.

ઉર્વશી શાહ (૧૯૯૮) :

'પંચાયતીરાજમાં મહિલા સરપંચોની ભાગીદારી' વિષય પર ગુજરાતના આઠ જિલ્લામાંથી (વલસાડ-૧૨, સુરત-૧૯, ભરૂચ-૨, પંચમહાલ-૧, સાબરકાંઠા-૬, અમદાવાદ-૮, જુનાગઢ-૨૨:૫૦)

કુલ ૫૦ મહિલા સરપંચોને પસંદ કરી અભ્યાસ કર્યો હતો. પ્રસ્તુત અભ્યાસનાં અવલોકનો આ મુજબ હતાં. જેમાં (૧) ૩૨% મહિલા સરપંચોને પંચાયતના વહીવટમાં કોઇ મુશ્કેલી પડતી ન હતી. (૨) પંચાયતની કામગીરી કરવામાં પરંપરાગત સમાજનું માળખું અને પુરૂષ પ્રધાન સમાજ અવરોધક છે એવું બહુમતી સરંપચો માને છે. (૩) ૮૬% મહિલા સરપંચો સરપંચ પદ પ્રાપ્ત થયા બાદ ગ્રામસભા નિયમિત બોલાવતી જણાઈ હતી અને (૪) કેટલીક મહિલાઓના મતે ભવિષ્યમાં આ પદ ફરી મળશે તો ગ્રામવિકાસ કરવાનું ધ્યેય છે. ઉન્નતિ (સ્વૈચ્છિક સંસ્થા-અમદાવાદ) દ્વારા (૧૯૯૮) : ૪૯ ગ્રામપંચાયતોમાં મહિલા સરપંચોનો સર્વે થયો હતો. જેના મહત્વનાં અવલોકનો

નીચે મુજબનાં હતાં. જેમાં (૧) મહિલાઓ માટે ૩૩% બેઠકો અનામત હોવા છતાં ૪૦% મહિલાઓ ચૂંટાઇ હતી. (૨) ૫૦% મહિલાઓ પંચાયતના સંસાધનો અંગે માહિતી ધરાવતી હતી. (૩) આજ વિસ્તારની અગાઉ ચૂંટાયેલી મહિલાઓ કરતા નવી ચૂંટાયેલી મહિલાઓ વધારે ક્રિયાશીલ અને જાણકારી ધરાવતી હોવાનું જણાયું. (૪) પંચાયતમાં સ્વતંત્ર કામગીરી કરવામાં પતિ કે કુટુંબનો સહકાર જરૂરી જણાયો હતો.

મનહર બક્ષી :

'સ્ત્રીઓ અને રાજકારણ : ગુજરાતના સંદર્ભમાં' નામના સંશોધન લેખમાં (અર્થાત, ગ્રંથ-૧૧, ઓકટોબર-ડિસેમ્બર, ૧૯૯૨) માં જણાવે છે કે રાજકારણમાં મધ્યમ વયજૂથ ધરાવતી મહિલાઓ વિશેષ જોવા મળે છે પરંતુ યુવા સ્ત્રી-વર્ગ રાજકારણ કે જાહેરજીવનથી દૂર રહે છે. કારણ કે તેમને કૌટુંબિક જીવન સ્થિર હોવાથી અને આ વર્ગને ચારિત્ર્યના પ્રશ્નો ઉભા થતા હોવાથી યુવા સ્ત્રીવર્ગનું રાજકારણમાં ઓછું પ્રમાણ છે. વિવિધ વર્ગોની રાજકારણમાં અસમાન ભાગીદારી વિશે બક્ષી નોંધે છે કે નિમ્ન જ્ઞાતિની મહિલાઓના અલ્પ પ્રમાણ માટે રાજકારણ ખર્ચ અને સમય માંગી લેતી પ્રવૃત્તિ છે તે બાબત જવાબદાર છે. મનહર બક્ષી તેમના અભ્યાસ લેખમાં જણાવે છે કે મહિલાઓના રાજકારણમાં ઓછા પ્રમાણ માટે મૂલ્યનિષ્ઠ રાજકારણનો અભાવ, રાજકારણ એક ગંદી રાજરમત હોવાથી પક્ષમાં જૂથવાદ અને રાજકીય કાર્યકર્તાઓની બિનજરૂરી હરીફાઇ, મહિલાઓમાં રાજકીય જાગૃતિનો

અભાવ, આર્થિક પરતંત્રતા, વ્યાપક નિરક્ષરતા, પરંપરાગત ભારતીય સમાજ વ્યવસ્થામાં સામાજિક નિષેધો, કૌટુંબિક જવાબદારી જેવા પરિબળો મહિલાઓની રાજકારણમાં અસમાન ભાગીદારી માટે જવાબદાર છે.

મીનાક્ષી ઠક્કર :

મીનાક્ષી ઠક્કર, ''મહિલાઓમાં જાગૃતિ'' યોજના માસિક, પૃ. ૨૨-૨૩, જૂન-૨૦૦૧ નોંધે છે કે સુષ્ટિના બ્રહ્માજીએ મહિલાઓને સત્યમ, શિવમ, સુન્દરમ દ્વારા વર્ચસ્વ પ્રદાન કર્યું છે. પરંતુ ૫૦૦૦ વર્ષની જૂની માન્યતાઓને કારણે સમાજ પુરૂષપ્રધાન બન્યો છે. ૧૯૯૩માં ૭૩મા અને ૭૪માં બંધારણીય સુધારા દ્વારા મહિલાઓને દરેક જગ્યાએ ૧/૩ જગ્યાઓ માટે આરક્ષણ મળ્યું. પશ્ચિમ બંગાળમાં પીવાનું પાણી શરાબની દુકાનો બંધ કરાવી વગેરે જેવા પ્રાથમિક જરૂરિયાતવાળા પ્રશ્નોમાં મહિલાઓએ અસરકારક રજૂઆત કરી તેનો ઉલ્લેખ કર્યો છે.

આપણો દેશ ગામડાઓનો બનેલો છે. ૭૦% લોકો ગામડાઓમાં વસે છે. સરસ્વતી પાઠશાળા, આંગણવાડી, પ્રૌઢશિક્ષણ કેન્દ્ર લોકઝુંબેશ, અનૌપચારિક, કેન્દ્ર, સ્વચ્છતા અભિયાન વગેરે દ્વારા ગામડાઓમાં જાગૃતિ આવવા લાગી છે. દાહોદના સવિતાબેને ઇન્દિરા આવાસ યોજનામાં ભ્રષ્ટાચાર વિરુદ્ધ લોકજાગૃતિ આણી. અંગના સંઘ મહિલા સુધા પટેલ અનુસ્નાતક કક્ષા સુધીનું શિક્ષણ લઇ ગ્રામપંચાયતમાં સરપંચ તરીકે ચૂંટાયા વગેરે મહિલાઓ દરેક ક્ષેત્રમાં સુયોગ્ય પ્રભાવ પાડી રહી છે તેમ જણાવ્યું છે. આજની નારી આવતી કાલના ભવિષ્યની અધિકારીણી છે, વિકાસની ધુરા છે.

આમ્રપાલી મર્ચન્ટ (૧૯૯૮)

'અસરકારક મહિલા સરપંચો' એક અભ્યાસ. જે ગુજરાતના ત્રણ તાલુકાને લક્ષમાં રાખી પ્રત્યેક તાલુકામાંથી પાંચ મહિલા અને પાંચ પુરુષ સરપંચો એમ કુલ ૩૦ સરપંચોનું નિદર્શ લઈ પ્રસ્તુત અભ્યાસ કરવામાં આવ્યો હતો. જેમાં મહત્વનાં અવલોકનો જોઈએ તો, (૧) ૪૦% ઉત્તરદાતાની વય ૩૦ થી ૪૦ વર્ષની હતી, ૮૦% ઉત્તરદાતા ખેતી સાથે અને ૩૫% ગૃહકાર્ય સાથે સંકળાયેલા હતા. (૩) ૫૦% ઉત્તરદાતાની વાર્ષિક આવક રૂા. ૧૧,૦૦૧ થી ૨૪,૦૦૦ કે તેથી ઓછી હતી. (૪) મહિલા સરપંચોને સરપંચની અસરકારક કામગીરી કરવામાં પુરુષપ્રધાન સમાજ, ગ્રામીણ સામાજિક સંરચના, આ ક્ષેત્રના અનુભવનો અભાવ, રસનો અભાવ, નિરક્ષરતા વગેરે પરિબળો અવરોધરૂપ બનતાં જણાયાં હતાં.

રાજેશ ભટ્ટ :

'ગુજરાતના બે જિલ્લાઓની ગ્રામપંચાયતોમાં સ્ત્રીઓનું નેતૃત્વ' વિષય પર જૂનાગઢ જિલ્લાની ૧૫ અને વલસાડ જિલ્લાની ૨૮ મહિલા સરપંચોને લક્ષમાં રાખી સર્વેક્ષણ કર્યું હતું.

જેમાં મહત્વની બાબતો નીચે મુજબ જોવા મળી હતી. (૧) વલસાડ જિલ્લામાં ૧૦.૭% મંજૂરી અને ૩.૬% સ્ત્રીઓ નોકરી કરતી હતી. જયારે જૂનાગઢમાં આ પ્રમાણ શૂન્યવત છે. (૨) જૂનાગઢમાં ૬૭% નિરક્ષર મહિલા સરંપચો છે, જયારે વલસાડમાં ૪૦% એસ.એસ.સી. સુધી ભણેલી જણાઇ હતી. (૩) જૂનાગઢમાં મધ્યમ અને પ્રૌઢવયનું મહિલા નેતૃત્વ વિશેષ છે જયારે વલસાડમાં ૪૦% યુવાન અને ૩૫% મધ્ય વયસ્ક જણાઈ હતી. (૪) ગ્રામવિકાસ કરવામાં બન્ને જિલ્લાની મહિલા સરપંચોને વિશેષ રસ જણાયો

હતો. તેની પાછળ રસ અને જાગૃતિ એવા મુખ્ય બે પરિબળો જવાબદાર જણાયા હતા.

કલ્પના શાહ :

'પંચાયતી રાજ સંસ્થામાં મહિલાઓ' નામના લેખમાં કેટલીક મહત્વની બાબતો નોંધે છે. જેમાં,

૧. ઉચ્ચ અને મધ્યમ જ્ઞાતિની સ્ત્રીઓ પંચાયતમાં સારી કામગીરી કરી શકે છે. કારણ કે તેઓમાં શિક્ષણ અને જાગૃતિ વિશેષ જણાયા હતાં.

૨. પંચાયતમાં મહિલાઓની સહભાગિતાને હજુ બહુ સમય થયો નથી. આથી મહિલાઓમાં આ ક્ષેત્રના અનુભવના અભાવે કામ કરવામાં મુશ્કેલી ઊભી થતી જણાય છે.

૩. બહુમતી મહિલાઓ કુટુંબ, પતિ અને સસરાના આગ્રહથી પંચાયતમાં પ્રવેશેલી જણાઈ હતી.

૪. પંચાયતમાં મહિલાઓને સ્વતંત્ર કામગીરી કરવામાં આર્થિક સદ્ધરતા પાયાની બાબત જણાઈ હતી.

૫. પંચાયતમાં જે મહિલાઓ રાજકીય પક્ષના કારણે પ્રવેશી છે તેને રાજકીય પક્ષો તેમના પક્ષના વિકાસ માટે પ્રોત્સાહિત કરતા જણાયા હતા.

ડૉ. સંજય પંડયા :

ડૉ. સંજય પંડયા, ''મહિલાઓની રાજકીય ભાગીદારી'', યોજના માસિક, પૃ. ૩૪-૩૫, વર્ષ : જૂન-૨૦૧૨ માં નોંધે છે કે સ્ત્રીઓના વિકાસ માટે તેઓ અગત્યની બાબતમાં નિર્ણયો લેવામાં ભાગીદારી કરતાં થાય તે જરૂરી છે. પ્રશ્નોની ઊંડી સમજ તેમજ અસરકારક અમલીકરણની શકિત મહિલાઓના

સક્રિય ફાળા માટે જરૂરી છે. મહિલાઓ દ્વારા રાજકીય ક્ષેત્રે જેમ વધુ ફાળો તેમ તેમનો વિકાસ ઝડપથી થશે, પરંતુ ૧૯૯૯ માં કરવામાં આવેલા એક સર્વેક્ષણ મુજબ લગભગ ૧૦૦ દેશોમાં ૧૦% રાજકીય પાર્ટીઓનું નેતૃત્વ જ મહિલાઓ કરે છે. સમાજમાં સ્ત્રી-પુરુષનું પ્રમાણ લગભગ અડધો અડધ છે. પરંતુ ભારતની લોકસભામાં મહિલાઓનું પ્રતિનિધિત્વ અત્યંત ઓછું જણાયું હતું.

રમેશ મકવાણા (૨૦૦૫) :

'પંચાયતમાં સહભાગી અનુસૂચિત જાતિની મહિલા સરપંચો' વિષય પર ગુજરાત રાજયના સંદર્ભમાં કરેલા અભ્યાસમાં નોધ્યું હતું કે ભારતીય બંધારણના ૭૩માં અને ૭૪માં બંધારણીય સુધારાના પરિણામે પંચાયતમાં મહિલા નેતૃત્વ ઉદ્‌ભવ્યું છે. મહિલાઓ નિર્ણય પ્રક્રિયામાં સહભાગી થઇ છે પરંતુ કેટલીક મહિલાઓના સરપંચના અધિકારો તેના પતિ કે ઉપસરપંચ ભોગવતા હતા. તે મહિલાઓ તો કેવળ રબર સ્ટેમ્પ તરીકેની જ ભૂમિકા ભજવતી હતી. ચૂંટણી સમયે પણ ગામની પ્રભાવી જ્ઞાતિઓ દ્વારા દલિત મહિલાઓ સાથે અભદ્ર વ્યવહાર કરવામાં આવતો હતો. કેટલીક પંચાયતોમાં મહિલા સરપંચોને તલાટી મંત્રી કે ઉપસરપંચ પંચાયતના વિવિધ હિસાબો પણ આપતા ન હતા. કેટલાક અભ્યાસ હેઠળના ઉત્તરદાતાઓના જણાવ્યા અનુસાર ઘણી વખત અધુરા પ્રસ્તાવો પર ઉપસરપંચ સહી કરાવી તેમાં પાછળથી મનફાવે તેવું લખાણ લખતા હતા. ગ્રામીણ વિકાસલક્ષી યોજનાઓના લાભ અંગે કે મહત્વના વિકાસલક્ષી કાર્યક્રમો અંગેના નિર્ણયો દલિત મહિલા સરપંચ હોવા છતાં ગામની પ્રભાવી જ્ઞાતિના સભ્યો કે ઉપસરપંચ લેતા હતા. આવા નિર્ણયોમાં મહિલાઓ એક સરપંચના

અધિકારના નાતે અસહમતી દર્શાવે તો ઝઘડા અને સંઘર્ષ ઉદ્‌ભવતા હતા, તેના કારણે કયારેક મહિલા અને તેના કુટુંબ માટે સલામતીના પ્રશ્નો પણ ઉભા થતા હતા. ગ્રામપંચાયતની મિટિંગમાં પણ પ્રભાવી પુરૂષ સભ્યો દ્વારા પોતાના હિતને લગતા પ્રશ્નો અંગેની ચર્ચામાં મહિલા સરપંચને ઉતારી પાડવામાં આવે અને તેના ચારિત્ર્ય અંગે ગમે તેમ બોલવા જેવો અભદ્ર વ્યવહાર કરવામાં આવતો હતો અને વળી સૌરાષ્ટ્રના કેટલાક દૂરના ગામડાંઓમાં દલિત મહિલાઓ સાથે પંચાયતમાં અસ્પૃશ્યતાજનક વ્યવહાર કરવામાં આવતો હતો. આજ અવલોકન પ્રો. આઇ.પી.દેસાઇએ (૧૯૭૬) પણ ''ગ્રામીણ ગુજરાતમાં અસ્પૃશ્યતા'' નામના પુસ્તકમાં નોધ્યું છે કે ૫૦% ગ્રામપંચાયતોમાં અસ્પૃશ્યતાનું આચરણ થતું જોવા મળે છે. એ જ અવલોકન હેમંત શાહે પણ (સંદેશ : તંત્રી પાનું : તા. ૭-૧૧-૨૦૦૩) નોંધ્યું છે કે ગુજરાત રાજયના બનાસકાંઠા જિલ્લામાં ૨૨ ગ્રામપંચાયતોમાં અને ૧૫ ગામડાઓમાં સહકારી મંડળીઓમાં દલિતો પ્રત્યે ભેદભાવ રાખવામાં આવે છે. વિશેષમાં તેઓ નોંધે છે કે એ જ જિલ્લાના વાવ તાલુકાના નાબોદર ગામની ગ્રામપંચાયતમાં દિવાળીબેન નભાભાઇ વણકર નામના દલિત બહેન ઉપસરપંચ તરીકે ચૂંટાયા પણ ગ્રામપંચાયતામાં તેમને બેસવા દેવાતાં ન હતા અને કયારેક દૂર બેસાડવામાં આવતાં તેમને એમ કહેવાતું કે 'તમે સહી કરી દો, પૂછપરછ ના કરો.'

આ સ્થિતિમાં મહિલાઓએ એક નેતૃત્વ તરીકેના અધિકારો ભોગવવા ઘણા મુશ્કેલ છે. આથી નોંધી શકાય કે મહિલાઓને સત્તામાળખામાં મળેલા અધિકારોનું વ્યવહારમાં અમલીકરણ થવામાં હજુ એકાદ બે દશકા લાગશે.

આમ મહિલાઓને રાજકીય અધિકારો સૈદ્ધાંતિક રીતે પ્રાપ્ત થયા છે પરંતુ વાસ્તવિક સ્થિતિમાં તેના અમલીકરણમાં અનેક પ્રશ્નો પડકારો ઉપસ્થિત છે. આમ છતાં પંચાયતમાં અને રાજકીય સત્તાસ્થાનોમાં સહભાગી બધી જ મહિલાઓની ભૂમિકા નિષ્ક્રિય નથી, પરંતુ નોંધપાત્ર સંખ્યાની મહિલાઓ નેતૃત્વની અસરકારક ભૂમિકા ભજવે છે.

એટલું જ નહી મહિલાઓને મળેલા રાજકીય અધિકારોથી તેમનું રાજકીય સામર્થ્ય થશે તથા તેમનામાં રાજકીય જાગૃતિ વધશે અને આ ક્ષેત્રે યોગ્ય પ્રતિનિધિત્વ કરીને નિર્ણય પ્રક્રિયા અને સત્તા માળખામાં પાયાની ભૂમિકા ભજવશે. આ રીતે સ્થાનિક સ્તરે જાગૃતિ આવતા તે રાજય અને રાષ્ટ્ર સ્તરે વિસ્તરશે અને ભવિષ્યમાં સ્થાનિકથી માંડીને રાષ્ટ્રીય રાજકારણમાં મહિલાઓ મહત્વની ભૂમિકા ભજવશે તે નિઃશંક છે.

રમેશ મકવાણા (૨૦૦૬) :

‘‘મહિલાઓ અને માનવ અધિકારો : સમાજશાસ્ત્રીય પરિપ્રેક્ષ્ય’’ પુસ્તકમાં મહિલાઓના માનવ અધિકારો સંદર્ભે નોંધે છે કે કે ભલે ભારતીય બંધારણમાં મહિલાઓના માનવ અધિકારાના રક્ષણ માટે અનેક કાયદાઓ તથા વિશેષ કાયદાઓ ઘડવાની જોગવાઇઓ હોય આમ છતાં મહિલાઓના માનવ અધિકારોનો ભંગ એક આમ ઘટના છે. જેમ કે મહિલાઓની કામના સ્થળે જાતીય સતામણી, કૃષિ કે અસંગઠિત ક્ષેત્રમાં કામ કરતી મહિલાઓનું આર્થિક શોષણ વેશ્યાવૃત્તિ, બાળલગ્ન, સતીપ્રથા, મહિલા હિંસા કે દહેજ હત્યા જેવા કિસ્સા મહિલાઓની માનવીય ગરિમા અને ગૌરવનો ભંગ કરનારા છે. તેના માટે પુરૂષોનું પ્રભુત્વ, મહિલાઓમાં વ્યાપક નિરક્ષરતા, મહિલાઓનું આર્થિક પરાવલંબન, સામાજિક પરંપરાઓ, સામાજિક

જાગૃતિનો અભાવ, કાયદાના અમલીકરણની જટિલતા, સ્થાપિત હિતો જેવા પાયાના પરિબળો જવાબદાર છે. મહિલાઓ આત્મસન્માનપૂર્વક જીવન જીવી શકે તે માટે મહિલાઓમાં શિક્ષણનું પ્રમાણ વધારવું જોઇએ. અધિકારો અને કાયદાઓ વિશે જાગૃતી ફેલાવવી જોઇએ, કાયદાનું ઝડપી અને કડક અમલીકરણ થવું જોઇએ અને પુરૂષપ્રધાન સમાજની માનસિકતા બદલવી ખાસ જરૂરી છે.

પ્રા. કુસુમ ભોજાણી :

'પંચાયતીરાજમાં સ્ત્રીઓની ભૂમિકા' એક સમાજશાસ્ત્રીય અભ્યાસ કર્યો છે. તેમણે રાજકોટ જિલ્લાની ૨૭૫ મહિલા સરપંચોનો અભ્યાસમાં સમાવેશ કર્યો છે. પંચાયતીરાજમાં સ્ત્રીઓની શું ભૂમિકા છે. તેમને નડતા પ્રશ્નો અંગે જાણકારી મેળવવામાં આવી છે. તદ્ઉપરાંત આ સ્ત્રીઓ સરપંચ પદે કાર્યરત થઇ છે ત્યારે શું તે સંપૂર્ણ સ્વતંત્રતાથી પોતાની ઇચ્છાથી આ સત્તા સંભાળી શકે છે તેમજ તેમની કામગીરી, અનુભવો વગેરેને તપાસવામાં આવ્યા છે.

અભ્યાસમાં સામેલ મહિલાઓની વયજૂથ તપાસતાં મધ્યમ વયજૂથની મહિલા સરપંચોનું પ્રમાણ સૌથી વધુ (૫૧.૬૪%) છે. મનહરબક્ષીનાં અભ્યાસમાં પણ આ વયજૂથનું પ્રમાણ વધુ છે. પ્રસ્તુત સંશોધનમાં પણ આ વાતને પૃષ્ટિ મળેલી છે. જ્ઞાતિ મુજબ તપાસતાં ૪૦.૩૬% મહિલા સરપંચો નિમ્ન જ્ઞાતિમાંથી, ૩૫.૨૭% ઉચ્ચ જ્ઞાતિની, ૧૨.૭૩% મધ્યમ કારીગર (જ્ઞાતિ, તેમજ ૧૧.૬૪% અસ્પૃશ્ય જ્ઞાતિની મહિલા સરપંચ છે) જ્ઞાતિમાંથી આવતી હતી. શિક્ષણનાં સંદર્ભમાં તપાસતાં ૪૭.૬૪% મહિલા સરપંચો સાક્ષર, ૧૨.૩૬% ઉચ્ચ માધ્યમિક, ૫.૮૨% સ્નાતક સુધીનું શિક્ષણ મેળવેલ છે. ધાર્મિકતાનું વર્ગીકરણ જોતા મોટાભાગની (૯૩.૮૨%)

હિન્દુ ધર્મી, ૫.૦૯% મુસ્લિમ, ૧.૦૯% જૈન ધર્મની મહિલા સરપંચો જોવા મળી હતી. અભ્યાસમાં સામેલ ૯૭.૪૫% મહિલા સરપંચો પરણિત અને ૨.૫૫% વિધવા મહિલા સરપંચો છે. પ્રસ્તુત અભ્યાસમાં આજ બાબત જણાઇ છે. તેથી કહી શકાય કે અપરણિત પુત્રી કે બહેનને રાજકારણનાં ક્ષેત્રે જવા ન દેવાનું વલણ અહીં જોવા મળે છે. કુટુંબની વાર્ષિક આવક તપાસતા મોટાભાગની (૨૩.૨૭%) મહિલા સરપંચો નિમ્ન આવક જૂથ ધરાવતાં કુટુંબમાંથી આવે છે તેવી જ રીતે ૪૭.૬૪% ૧૬,૦૦૦ થી ૩૦,૦૦૦ સુધીની, ૨૫.૪૫% ૩૧,૦૦૦ થી ૫૦,૦૦૦ સુધીની, ૧.૮૨% ૫૧,૦૦૦ થી ૭૦,૦૦૦ સુધીની અને ૧.૮૨% ૭૦,૦૦૦ ઉપરની વાર્ષિક આવક ધરાવતાં કુટુંબમાંથી આવતી હતી.

ધર્મેન્દ્ર પરમાર :

ધર્મેન્દ્ર પરમાર, 'ભારતના રાજકારણમાં મહિલાઓનું પ્રભુત્વ', યોજના માસિક, પૃ.૪૩-૪૫, વર્ષ : જૂન-૨૦૧૨ નોંધે છે કે, ભારતમાં લાખો મહિલાઓ રાજકારણમાં પ્રવેશી રહી છે. ૭૩-૭૪ માં બંધારણીય સુધારા કાયદા અનુસાર દરેક ચૂંટાયેલી પ્રાદેશિક સંસ્થાઓમાં એક તૃતીયાંશ ભાગની બેઠક મહિલાઓ માટે અનામત રાખવી ફરજીયાત બનાવી છે ત્યારે ભારતમાં મહિલાઓને પ્રવેશવાનો માર્ગ મોકળો બન્યો છે. આ સંજોગોમાં રાજકીય પ્રવૃત્તિઓમાં વિવિધ સ્તરે મહિલાઓની સંખ્યામાં નોંધપાત્ર વધારો થયો છે. ભારત ઉપરાંત દુનિયાનાં અનેક દેશોમાં મહિલાઓનો દબદબો જોવા મળે છે. ત્યારે રાજકારણમાં મહિલાઓનો પ્રવેશ સામાન્ય બાબત બની રહી છે. એમ તેમના વધેલા પ્રભાવ પરથી માની શકાય છે. કહેવાય છે કે ભારતમાં સ્ત્રીસશકિતકરણની શરૂઆત ઈન્દિરા ગાંધી શાસન ઉપર હતા

ત્યારથી થઇ છે. આજે મહિલાઓ ભારતમાં શિક્ષણ વકીલાત, રાજકારણ, મિડીયા, વિજ્ઞાન અને ટેકનોલોજી જેવા અનેક ક્ષેત્રોમાં ટવેન્ટી-ટવેન્ટી માફક પ્રગતિના સોપાનો સર કરી રહી છે.

સંજય દવે (૨૦૦૭) :

ગ્રામપંચાયતમાં વિકાસના યોગ્ય કાર્યો કરનાર ગાંધીનગર જિલ્લાના કલોલ તાલુકાના વાસજડા ગામનાં દલિત મહિલા સરપંચ વિશે નોંધે છે કે તેઓ સર્વાનુમતે ચૂંટાયા છે. તેમણે ગામની દલિત મહિલાઓને સ્પર્શતા પાણીના પ્રશ્નને અગ્રિમતા આપી. ગામમાં બોરવેલ કરાવ્યો અને ઘેર ઘેર નળ દ્વારા પાણી પહોચાડયું. ગામમાં આર.સી.સી. રોડ મંજૂર કરાવ્યો, ગામમાં શાળાના મકાનનું રીનોવેશન કરાવ્યું, ગામમાં ધોબીઘાટનું આયોજન કર્યું. એક દલિત મહિલા સરપંચ ગામને વિકાસને પંથે લઇ જાય તે સ્થાપિત હિતોથી સહન ન થતાં તેની સામે ભ્રષ્ટાચારની ફરીયાદ હતી. તથા તેના પતિ પશાભાઇ ઉપર જીવલેણ હુમલો પણ થયો હતો. તેમાં 'નવ સર્જન' સંસ્થાના પ્રયાસોથી આરોપીઓની ધરપકડ કરી જયુડીશ્યલ કસ્ટડીમાં સોંપાયા હતા.

રાઘવ પટેલ (૨૦૦૧-૧૧) :

પંચાયતમાં અસરકારક કામગીરી કરતા ભાવનગર જિલ્લાના પાલિતાણા તાલુકાના ખીજડીયા ગામના દયાબેન મહિલા સરપંચ વિશે નોંધે છે કે દયાબેને ગામની ફરતે ત્રણ નાળા અને ૭ ચેકડેમો બંધાવ્યા છે. ગામમાં સિંચાઇનો પ્રશ્ન હલ કરવાની કોશિશ કરી છે. ૭૦ ઘરોમાં શોષખાડા કરાવ્યા છે. ગામમાં કુલ ૧૨૦૦ વૃક્ષો વાવ્યા છે. ગામમાં પાકા રોડ રૂા. ૨૦ લાખના

ખર્ચે તૈયાર કરાવ્યો છે. ગામમાં મહિલા મંડળ દ્વારા સામાજિક સેવાની પ્રવૃત્તિ કરવામાં આવે છે. ગામમાં બસ સેવા, બસસ્ટેન્ડ, અન્ડર ગ્રાઉન્ડ ગટર લાઇન, ઘેર ઘેર પાણીની પાઇપ લાઇન ઉપલબ્ધ બનાવવામાં દયાબેન સરંપચની મહત્વની ભૂમિકા રહી હતી.

મહમંદ હાલે પૌત્રા (૨૦૦૬) :

ગ્રામપંચાયતમાં મહત્વની ભૂમિકા ભજવતા જામનગર તાલુકાના આમરા ગામના જયાબેન દેવજીભાઇ ધારવિયા વિશે લખે છે કે તેઓ સરપંચપદ પર ચૂંટાયા બાદ માત્ર અઢી વર્ષમાં ગામની સિકલ બદલી નાખી છે. ગામમાં પ્રાથમિક શાળાના ઓરડા બંધાવ્યા, વાવાઝોડાથી થયેલા નુકશાન માટે ગામને સહાય અપાવી, ગામમાં વિજળી અને રસ્તા ઉપલબ્ધ કરાવ્યા, દુષ્કાળનાં કપરા સમયે ગામને રોજ પાણી મળે તેવી વ્યવસ્થા કરાવી, રાહતકામો ઉપર મુલાકાત ગોઠવી જરૂર જણાય ત્યાં રાહતકામો શરૂ કરાવ્યા હતા. તેઓ ગ્રામીણ મહિલાઓમાં જાગૃતિ વિકસે તે માટે વસ્તી શિક્ષણ તેમજ મહિલા જાગૃતિ શિબિરોની પણ ગોઠવણ કરી છે. સગર્ભા, વિધવા અને વંચિત મહિલાઓને લાયન્સ કલબ દ્વારા આર્થિક સહાય અપાવે છે. આમ, જયાબેન મહિલા સરપંચે ગ્રામીણ વિકાસના પાયાના કાર્યો કર્યા છે.

સંજય દવે (૨૦૦૦:૦૮) :

મહિલા સરપંચો પરના તેમના લેખમાં નોંધે છે કે અમદાવાદના ધોળકા તાલુકાના રનોડા ગામમાં શાંતાબેન ગોવિંદભાઇ પરમાર ભારે મતોથી વિજય મેળવી મહિલા સરપંચ તરીકે ફરજ બજાવે છે. પોતે અનુસૂચિત જાતિના તેમજ નિરક્ષર હોવા છતાં પંચાયતની તમામ કામગીરી સંભાળી ગ્રામવિકાસના કાર્યો કર્યા છે. સરપંચ તરીકે ચૂંટાયા પછી તેમણે ગામની

પાણીની તંગી દૂર કરવા નવા બોરની મંજૂરી મેળવી, ગામમાં પથ્થર નખાવ્યા, રસ્તાઓનું સમારકામ કરાવ્યું, ઈન્દિરા આવાસ યોજના હેઠળ મકાનો બનાવડાવ્યા, ગરીબોને વિનામૂલ્યે વિજળીનાં મીટર અપાવ્યા, રનોડાથી સિંધરેજ સુધીનો પાકો રસ્તો બનાવડાવ્યો. શાંતાબેન પોતાની કામગીરી માટે દર સોમવારે અને ગુરૂવારે પંચાયતની અને જરૂર પડે તો જિલ્લા પંચાયતની પણ મુલાકાત લે છે અને હાથ ઉપર લીધેલું કામ પૂરું કરીને જ જંપે છે. શાંતાબેનના કામોથી ગ્રામજનો ખૂબ ખુશ છે. તેઓના મતે અગાઉના સરપંચોની સરખામણીમાં શાંતાબેને ખૂબ સારી કામગીરી કરી છે.

ચરખા નામના સામયિકમાં (૨૦૦૪:૬) :

આદિવાસી મહિલા સરપંચ વિશે નોંધ્યું છે કે દાહોદથી ૨૪ કિલોમીટર દૂર આવેલા બાવકા ગામમાં ૨૦૦૨ ના વર્ષમાં મહિલા અનામત જગ્યા પર ચૂંટાઇ સરપંચ તરીકેની કામગીરી સંભાળનાર સુમિત્રાબેન છગનભાઇ પરમારે એમ.એ. સુધીનો અભ્યાસ કર્યો છે. ૭૦૦૦ ની વસ્તી ધરાવતા ગામનાં સરપંચ બન્યા બાદ પ્રથમ કામગીરી ગામને પાકા રસ્તા જોડવાની વ્યવસ્થા કરાવી. ત્યારબાદ જુદી જુદી યોજના હેઠળ કાચા પાળા, આડબંધ, બોરીબંધ તથા સરદાર આવાસ યોજના હેઠળ ઘર બનાવવામાં આવ્યા. ગ્રામસભામાં ગ્રામજનો સાથે તેમના પ્રશ્નોની ચર્ચા બાદ જરૂરિયાતમંદ કુટુંબને જ યોજનાના લાભ અર્થે તેઓ પ્રથમ પ્રાધાન્ય આપે છે. આ સુમિત્રાબેન શાળામાં બાળકોને પ્રોત્સાહન મળે તે હેતુથી વર્ષની શરૂઆતથી જ સ્વખર્ચે સ્લેટ અને પેનનું વિતરણ કરે છે. આજે ગામમાં વીજળી ઉપલબ્ધ છે તે નોંધનીય છે. બાવકા ગામની જેમ જ દાહોદ જિલ્લાનાં ફતેપુરા તાલુકાના લુધરા ગામમાં બીજીવાર ચૂંટાયેલા ભૂરીબહેન, હીરાબેન પારગી સરપંચ તરીકે

કાર્યરત છે. રાજસ્થાનની સરહદ નજીક ૮૦૦૦ ની વસ્તી ધરાવતાં આ ગામમાં નિનામા, ચારેલ, બારીયા, પારગી, નિસરતા, ગરાસિયા વગેરે વિવિધ જાતિનાં આદિવાસીઓ રહે છે. ભૂરીબેનનાં સરપંચ બન્યા બાદ ગામમાં નાના ચેકડેમ, પાળાબંધી, ફળિયે હેન્ડ પંપ તથા સરદાર આવાસ યોજના હેઠળ આવાસ બનાવવાની કામગીરી થઇ છે. ગામને પાકા રસ્તાથી જોડવા સાથે વીજળીથી જોડાય તે માટે ભૂરીબેન પ્રયત્નશીલ છે. ખૂબ જ અંતરિયાળ ગામ હોવાથી બસ સુવિધા ન હતી જે વાંરવારની રજૂઆત બાદ તે હળવી કરી શકાય છે. આરોગ્ય અને કેટલાક કેમ્પ બાદ ગામની બહેનોમાં સ્વચ્છતા પ્રત્યેની સભાનતા વિકસી છે. આજ ગામમાં ‘પ્રકૃતિ ફાઉન્ડેશન’ સંસ્થા દ્વારા મહિલા બચત મંડળ કાર્યરત છે. ગામમાં રસ્તો બનાવવાની કામગીરી સમયે મુશ્કેલી ઉદ્‌ભવતા પ્રથમવાર ભૂરીબહેનને પરિસ્થિતિનો સામનો કરતા જોયા હતાં. આદિવાસી સમાજમાં લગ્ન સમયના રૂઢિગત રિવાજો મુજબની દહેજપ્રથા ધીમે ધીમે હળવી બનાવવાનો તેમનો વિચાર આવકારવા લાગ્યા છે. આમ ગામને વિકાસ તરફ દોરી જતાં આ બંને કર્મશીલ મહિલા સરપંચો વધુ ને વધુ સક્ષમ બની સફળ નેતૃત્વ પૂરું પાડી રહ્યાં છે. મોંઘીબેન સુરેન્દ્રનગર જિલ્લાના ધ્રાંગધ્રા તાલુકાના રામદેવપુર ગામના વતની છે. તેઓ ગાળા અને રામદેવપુર એમ બે ગામો માટેની જૂથ પંચાયતમાં સરપંચપદે બિન હરિફ ચૂંટાઇ આવ્યા છે. આ ગામના દરબાર, હરિજન, ઠાકોર, રબારી વગેરે જ્ઞાતિ મળીને ૨૦૦૦ ની વસ્તી છે. ગામની ઘણી સામાજિક મર્યાદાઓ વચ્ચે એક દલિત મહિલાને સરપંચ તરીકે કામ કરવું ખરેખર પડકારરૂપ છે. નિરક્ષર મોંઘીબહેનને પણ અનેક સંઘર્ષો સાથે ગામ વિકાસના કામો કર્યા છે. તેઓ પંચાયતના નિયમ મુજબ એક પછી

એક કામ સફળતાપૂર્વક કરતાં ગયા. ગામની અંદર રસ્તો, શાળા, સ્મશાન છાપરી, પાણીની બે ટાંકીઓ, જમીન વિહોણા ચાર કુટુંબોને પ્લોટ વગેરે જેવા અનેક કામો મળીને કુલ ૨૩ લાખ રૂા.ના કામો કરવામાં આવ્યા. જેમાં ૧૫ લાખ રૂપિયાના વોટર રોડ યોજનાના કામોનો સમાવેશ થતો હતો. તેમની ઝપાટા ભેર કામ કરવાની ધગશથી સૌને તેમના પ્રત્યે માન વધવા લાગ્યું. તેમના વિરોધીઓ ઈર્ષ્યાથી બળવા લાગ્યા. વિરોધીઓએ સાથે મળીને મોંઘીબહેનને સરપંચ પદેથી પદભ્રષ્ટ કરવાનો મનસુબો ઘડયો. પંચાયતની મિટિંગ યોજાઇ તેમાં દલિત સરપંચ બહેને ગામ લોકોને સાથે રાખ્યાં. બંનેના સમર્થક તરીકે ગામનાં મોટા ભાગનાં લોકો તેમની પડખે હતા. જયારે પંચાયતના સભ્યો અને તેમના વિરોધીઓ સામે પક્ષે હતાં. મોંઘીબહેને કરેલા સારા કામોના ફળ સ્વરૂપે ગામ લોકોએ તેમની તરફદારી કરી. આમ સંગઠન શકિત સામે વિરોધીઓને હરાવ્યા.